# ĐI NGANG THẾ GIAN

### Tuyển Tập Thơ  Trần Nhuận Minh

Dịch giả: Tưởng Vi Văn ; Thái Thị Thanh Thủy

# 戰火人生

越南詩人 陳潤明詩選
越南國家文藝獎得主

## 越中台三語版

蔣為文・蔡氏清水 譯

# CHIÀN-HÓE JÎN-SENG

### Oa̍t-lâm si-jîn Tân Lūn-bêng si-soán

國家圖書館出版品預行編目（CIP）資料

戰火人生 / 越南詩人陳潤明詩選 / 陳潤明 (Trần Nhuận Minh) 作；
蔣為文，蔡氏清水譯．
　－－初版－－臺南市：亞細亞國際傳播社
2018.09
　面；公分
ISBN: 978-986-94479-3-5（平裝）
越、中、台三語版
　　868.351　　　　　　　　　　　　107013127

# 戰火人生

越南詩人 陳潤明詩選 越 / 中 / 台三語版
OA̍T-LÂM SI-JÎN TÂN LŪN-BÊNG SI-SOÁN
ĐI NGANG THẾ GIAN

作者 / 陳潤明 (Trần Nhuận Minh)

譯者 / 蔣為文、蔡氏清水

策劃 / 台越文化協會、台文筆會、台灣羅馬字協會
　　　國立成功大學越南研究中心

出版 / 亞細亞國際傳播社

主編 / 呂越雄

校對 / 蔣為文、蔡氏清水、呂越雄、陳理揚、潘秀蓮

網址 / http://www.atsiu.com

TEL / 06-2349881

FAX / 06-2094659

公元 2018 年 9 月 2 日 初版第 1 刷

Copyright © 2018 by Asian Atsiu International

ISBN：978-986-94479-3-5

# MỤC LỤC
Vietnamese

# MỤC LỤC

# 目錄

# 目錄
Chinese

# BȮK-LIȮK

# BỌK-LIỌK

# 作者序 | LỜI NÓI ĐẦU

 Thưa bạn đọc,

Tôi sinh năm 1944 ở làng Điền Trì, xã Quốc Tuấn, huyện Nam Sách, Hải Dương, một tỉnh thuộc miền đồng bằng Bắc bộ, Việt Nam. Và như thế, cả không gian lẫn thời gian, những người cùng thế hệ tôi, hoặc trước tôi một, hai thập kỉ, hiện vẫn đồng hành với tôi, có thể trực tiếp hay gián tiếp tham gia, hoặc chứng kiến, được nghe được thấy, những biến động kinh hoàng của cả thế giới trong suốt thế kỉ XX đầy máu lửa. Và cho đến nay. Những năm tháng ấy, không hẳn là dài, nhưng bằng tất cả những gì của nghìn xưa, của nghìn nay cộng lại. Những biến động đó, đã va đập không thương tiếc vào số phận của hàng trăm triệu, hàng ngàn triệu người trên cõi hành tinh này. Cùng với hiện thực gay gắt đó, chủ nghĩa nhân văn có trong văn học thế giới, nhất là ở phương Đông, trong đó có Việt Nam, Trung Hoa và Đài Loan, đã ảnh hưởng rất sâu sắc đến tôi, dần dần hình thành trong tôi một khuynh hướng sáng tác về số phận của Nhân Dân và nỗi bất hạnh của Con Người. Đó là " những nỗi niềm", ám ảnh suốt cuộc đời cầm bút, không bao giờ nguôi ngoai của tôi.

Trong trường ca *Lửa*, tôi có hai câu thơ:

" *Có thể sau này khi tôi chết*

*Những nỗi niềm thành khối vẫn không tan…* "

Cảm nhận được điều này, nhà phê bình văn học Nguyễn Đức Tùng ở Canada, khi giới thiệu thơ tôi với bạn đọc Phương Tây, đã viết: "Ngày nào người đọc thơ có thể chia sẻ lòng tin và nỗi bất hạnh của mình cho người khác, chia sẻ sự hiểu biết, trong khi vẫn giữ vững tình yêu đối với cuộc đời, người ta sẽ còn tìm đọc thơ anh". Có thể là như vậy chăng? Tôi viết nhiều hơn về nỗi bất hạnh của Con Người, vì tin rằng, điều đó cần được chia sẻ nhiều hơn, và cũng tin rằng, hạnh phúc đang đến và sẽ đến với Con Người, với cả thế giới này. Trong tôi, niềm tin đó không bao giờ bị hủy hoại.

Thật cảm động, thật vui, khi một phần những "nỗi niềm" ấy của tôi, hôm nay đã đến được với Bạn Đọc Đài Loan, đã đến được với Nhân Dân Đài Loan dưới hình thức một tuyển tập thơ. Có được kết quả vinh dự này, tôi rất biết ơn Giáo sư Tưởng Vi Văn, chủ biên Lù Việt Hùng, dịch giả Thái Thị Thanh Thủy và các cộng sự thân thiết ở Đài Loan, sau hơn 3 năm, đã bỏ rất nhiều công sức và lo toan trong việc chuyển ngữ, biên dịch và xuất bản, từ ý tưởng đầu tiên của giáo sư Tưởng Vi Văn đến lúc tuyển thơ này được ra đời.

Tôi chưa đến Đài Loan, nhưng nhiều giá trị tinh thần đa dạng và đặc sắc của nền văn chương nghệ thuật Đài Loan, ít nhất là trong 70 năm qua, tôi đã được biết đến và rất trân trọng. Tôi muốn nói đến các nhà văn lớn của nền văn học Đài Loan, như Diệp Thạch Đào, Cổ Long và nhiều tên tuổi khác. Đặc biệt nhà văn Quỳnh Dao và ca sĩ Đặng Lệ Quân thì từ lâu, đã rất quen thuộc với người dân Việt Nam. Riêng tôi, lần nào nghe giọng hát Đặng Lệ Quân, tôi cũng ứa nước mắt và thầm cảm ơn biển trời tuyệt diệu của Đài Loan, đã sinh ra giọng hát xúc động lòng người đến được như vậy. Và tôi nghĩ, chỉ với một giọng hát ngọt ngào say đắm đến như vậy thôi, đã an ủi không biết bao nhiêu những cuộc đời đầy nhọc nhằn, những số phận lắm đắng cay của Con Người trên cõi thế gian khốc liệt này. Hình ảnh Cô ca sĩ trong bài thơ dài của tôi "Chuyện cô ca sĩ và con Đốm Trắng", có trong tuyển thơ này, tôi sáng tạo lại từ chuyện kể ở Đài Loan, chính là hình ảnh mà tôi đã liên tưởng và cảm nhận được, từ giọng ca bất tử của Đặng Lệ Quân:

> *"Khi đã hát thì tự quên tất cả*
> *Chỉ còn giọng ca với dòng lệ đầm đìa..."*

Và

> *"Hát cho đất trời đều tan thành nước mắt*
> *Và tên tuổi cô dâng ngập cả trời sao..."*

Dù các bạn biết đấy, cô ca sĩ trong chuyện dân gian Đài Loan được tái hiện trong thơ tôi và ca sĩ rất tài danh Đặng Lệ Quân, chả có quan hệ gì với nhau cả.

Xin các Bạn Đọc và Nhân Dân Đài Loan, hãy nhận ở tôi niềm biết ơn vô cùng sâu sắc và chân thành.

Trần Nhuận Minh
Hạ Long, Việt Nam 29.3.2018

# 作者序

敬愛的讀者 您們好！

我出生於 1944 年，在越南的北部三角洲海洋省南冊縣國俊鄉田池村。因此，包括空間與時間，和我同時代或早我一二十年的人們一樣，都直接或間接地參與、見證了充滿戰火、整個世界都在動盪的20 世紀。直到現在，這段時間雖不算長，但猶如經歷千年滄桑的加總。那些動盪毫不留情地打擊、直接影響到這世界上所有人的命運。跟隨著殘酷現實的是世界文學中的人文主義，出現在東方包括中國、台灣以及越南。其深刻地影響到我個人，逐漸地在我心中形成了一個對於人們的不幸或人民的痛苦的創作傾向。那些心聲從不停止，糾纏了我一生的創作。

在〈火〉長篇詩歌中我寫了這句：

「也許我死了之後，積成整塊的心聲仍在……」。

加拿大的文學評論家阮德松體會到這一點，當他介紹我的詩歌給西方讀者時，寫道：「什麼時候，讀者可以將自己的不幸、信心或知識跟別人分享，同時對人生仍保持著熱情，那時候讀者們還是繼續閱讀你的詩歌。」可以是這樣嗎？我多寫人們的不幸因為確信的是其需要被分享，也相信幸福一定正在來到這世間，來到你我的生命中。在我心裡，這信念從未被毀壞或動搖。

非常感動與高興，當我一部分的「心聲」如今藉由詩選的方式接觸台灣的讀者和人民。能夠有此榮幸，我由衷地感謝在台灣的蔣為文教授、呂越雄主編、蔡氏清水譯者及他們的團隊已經付出了很多心血，從翻譯、編輯到出版等工作，使蔣為文教授一開始的想法，經過 3 年的努力之後，至今此詩集能夠問世。

　　雖然我未曾來過台灣，但是在過去的 70 年來我多多少少聽聞及敬重許多台灣文學藝術的精華及豐富多樣的精神價值。我想提到幾位台灣的著名作家如葉石濤、古龍和其他的作者。尤其是瓊瑤作家和鄧麗君歌星，越南人民很早就對她們很熟悉。對於我本人來說，每當聽到鄧麗君的歌聲，我都熱淚盈眶，默默地感謝台灣國家已培養出一位聲音如此觸動人心的歌星。我想，只需要這樣美妙的聲音就足以安慰在這殘酷的世界上多少不幸、坎坷的命運了。

　　在這詩集中「女歌星和花斑狗的故事」(Chuyện cô ca sĩ và con Đốm Trắng) 這首長詩的女歌星的形象是我從一個台灣的民間故事再創作，這正是出發於我從鄧麗君不朽的歌聲以及聯想到的想法：

　　「她唱歌時將所有的都忘記，只剩下淒涼的歌聲……」
和：

　　「一直唱讓天地都為之動容，讓她的名聲響徹雲霄、家喻戶曉……」

　　即使你們知道，我詩中台灣民間的這位女歌星的再現與著名的鄧麗君歌星她們之間一點關係也沒有。

　　最後向台灣讀者、台灣人民致上我真誠、深刻的感謝。

陳潤明
於越南下龍灣　2018.03.29

# CHOK-CHIÁ ŌE-THÂU

Kèng-ài ê thók-chiá ták-ke CTT!

Góa 1944 nî chhut-sì tī Oat-lâm pak-pō˙ Hái-iûⁿ Séng, Lâm Chheh Koān, Kok Chùn Hiong, Tî Tiân Chhoan. Chhiūⁿ góa chit-khoán nî-kí iáh-sī ke góa hòe-sò˙--ê, lóng ke-kiám cham-ú kiàn-chèng tióh chhiong-boán chiàn-hóe, kui-ê sè-kài lóng chin bô pêng-chēng ê 20 sè-kí. Kàu taⁿ, chit 70 gōa nî ê sî-kan sui-bóng bô s̀ng tn̂g, m̄-koh ká-ná keng-lék chheng-gōa-tang ê chhong-song hit khoán. Chit-ê sè-kài ê bô pêng-chēng chin bô-chêng--ê éng-hióng tióh chit sè-kài só˙-ū ê lâng ê ūn-miā. Tòe chia chân-khok hiān-sit lâi ê sī kiông-tiāu jîn-bîn chú-gī ê sè-kài bûn-hák chhut-hiān tī Tong-hong, pau-hâm Chi-ná, Tâi-oân hām Oat-lâm. In lóng chhim-chhim éng-hióng tióh góa, hō˙ góa ê chhòng-chok lóng chù-tiōng tī lán lâng ê put-hēng iáh-sī jîn-bîn ê khó˙-chhó˙. Hia ê sim-siaⁿ m̄-bat thêng--kòe, hām góa ê chhòng-chok ko-ko-tîⁿ.

Góa bat siá kòe chit siú tn̂g si "Hóe," lāi-té siá tióh:

"Hoān-sè góa sí liáu-āu, chek kui oân ê sim-siaⁿ iáu tī leh..."

Canada ê bûn-hák phêng-lūn-ka Ńg Tek-siông thé-hōe tióh chit-tiám, tng i kā góa ê si-koa siāu-kài hō˙ Se-hong thók-chiá ê-sî, i kóng: "siáⁿ-mih sî-chūn, thók-chiá ē-sái kā ka-tī ê put-hēng, sìn-sim iáh-sī tì-sek hām pa̍t-lâng hun-hiáng, siâng-sî tùi jîn-seng kâng-khoán pó-chhî jia̍t-chêng, hit chūn thȯk-chiá iáu sī kè-sio̍k tha̍k lí ê si-koa." Kám ē-sái án-ne? Góa tiāⁿ siá lâng ê put-hēng, in-ūi chai-iáⁿ in su-iàu hông hun-hióng. Mā siong-sìn hēng-hok kàu lō͘-bóe tek-khak ē lâi kàu chit-ê sè-kan, chiú tī lán ê sèⁿ-miā tong-tiong. Chit-ê sìn-liām tī góa ê sim-koaⁿ lāi m̄-bat tín-tāng--kòe.

Góa chin hoaⁿ-hí góa ê "sim-siaⁿ" ē-sái chioh chit pún si-soán hām Tâi-oân ê thȯk-chiá chih-chiap. Ē-tàng ū chit-ê êng-hēng, tio̍h-ài kám-siā Chiúⁿ Ûi-bûn kàu-siū, Lī Oa̍t-hiông chú-pian, Chhòa Sī Chheng-chúi hām in ê thoân-tūi. Keng-kòe 3 tang ê tiû-pī, chóng-sǹg ta̍t-sêng Chiúⁿ kàu-siū tong-chho͘ ê kò͘-sióng, hō͘ chit pún chheh chhut-sì.

Sui-bóng góa iáu m̄-bat lâi kòe Tâi-oân, m̄-koh kòe-khì 70 gōa nî lâi góa ke-kiám thiaⁿ kòe chit-kóa Tâi-oân bûn-ha̍k gē-su̍t ê cheng-hôa hām hong-hù to-goân ê cheng-sîn kè-ta̍t. Chhiūⁿ kóng Ia̍p Chio̍h-tô, Kó͘ Liông hām kî-thaⁿ ê chok-chiá. Tek-pia̍t sī Khēng Iô chok-ka hām Tēng Lē-kun koa-chhiⁿ, Oa̍t-lâm jîn-bîn tùi in mā chin se̍k-sāi. Tùi góa lâi kóng, piān nā thiaⁿ tio̍h Tēng Lē-kun ê koa-siaⁿ, góa tō ba̍k-sái kâm ba̍k-kîⁿ, tiām-tiām kám-siā Tâi-oân ē-tàng pôe-iúⁿ chhut chit-khoán kám-tōng jîn-sim ê koa-chheⁿ. Góa siūⁿ, piān nā ū chit khoán bí-biāu ê koa-siaⁿ tō ē-sái an-ùi chit-ê sè-kan chin-chē put-hēng ê ūn-miā ah.

Chit pún si-chip lāi-té ê "Ū chiú-kan thang bē bô" (Chuyện cô ca sĩ và con Đốm Trắng) ê lú koa-chhiⁿ ê hêng-siōng sī ùi Tâi-oân ê bîn-kan kò͘-sū chhài chhòng-chok, koh kiat-háp góa tùi Tē Lē-kun ê ìn-siōng chiah siá--chhut-lâi ê.

"I chhiùⁿ kah bē-kì-tit ka-tī ê chûn-chāi, chhun chhe-liâng ê koa-siaⁿ..."

"It-tit chhiùⁿ, chhiùⁿ kah thian tē kám-tōng. I ê miâ-siaⁿ lú lâi lú tháu, lâng-lâng to bat..."

Sui-bóng góa si-chok lāi-té ê lú koa-chheⁿ hām Tēng Lē-kun bô chin-sit ê koan-hē.

Siōng bóe, góa koh chit-pái kā Tâi-oân thȯk-chiá, Tâi-oân bîn-bîn tì-siōng góa siōng sêng-khún ê kám-siā.

Tân Lūn-bêng
Oa̍t-lâm Hā-liông-oan  2018.03.29

## 譯者序 | LỜI DỊCH GIẢ

# Học tập tinh thần của người Việt sử dụng tiếng Việt sáng tác văn học Việt Nam!

 Tôi và tác giả nhà thơ Trần Nhuận Minh có duyên quen biết nhau từ một diễn đàn về Văn học Châu Á Thái Bình Dương tổ chức tại Việt Nam vào năm 2015. Lúc ấy, nhà thơ có tặng tôi một tập thơ của ông ta. Sau khi đọc xong tập thơ ấy, tôi rất là thán phục và có ấn tượng vô cùng sâu sắc về nó. Bởi lẽ, bản thân Trần Nhuận Minh đã từng tham gia phong trào dân tộc độc lập chống đối chính quyền xâm lược nên tác phẩm của ông ta thể hiện phong phú tình yêu đối với quê hương Việt Nam, triết lý về cuộc đời và sự phản tỉnh đối với chiến tranh. Một tác phẩm ưu tú thế này chắc chắn đáng được độc giả Đài Loan tìm đọc và ngẫm nghĩ. Vì lý do này, tôi đặc biệt chọn ra 37 bài từ tập thơ rồi dịch thành tiếng Trung và tiếng Đài với hy vọng tuyển tập thơ này có thể đẩy mạnh ngày càng nhiều sự giao lưu về văn học giữa hai nước Việt Nam và Đài Loan.

Tuy Việt Nam và Đài Loan đã có nhiều quan hệ mật thiết về kinh tế, nhưng vẫn còn hạn chế giao lưu về văn học. Nhiều người dân Đài Loan không hiểu biết về văn học Việt Nam, thậm chí còn hiểu lầm văn học Việt Nam làm một phân nhánh của văn học Trung Quốc. Tương tự, có không ít người Việt Nam không biết gì về văn học Đài Loan và cho rằng văn học Trung quốc chính là Văn học Đài Loan. Xuất phát từ lẽ đó, chúng tôi muốn xuất bản tuyển tập thơ với ba ngôn ngữ Việt-Trung-Đài này như là một sự khởi đầu, nhằm thúc đẩy nhiều người tham gia vào công tác giao lưu văn học giữa Đài Loan và Việt Nam hơn nữa.

Vào năm 1865 Việt Nam đã phát hành tờ báo bằng chữ quốc ngữ đầu tiên, tờ "Gia Định Báo". "Gia Định Báo" do Trương Vĩnh Ký, văn hào Việt Nam đẳng cấp thế giới, người tinh thông 27 thứ tiếng đảm trách việc chủ biên. Đài Loan vào năm 1885 cũng phát hành tờ báo bằng tiếng La-tinh đầu tiên, tờ "Đài Loan Phủ Thành Giáo Hội Báo". Hai tờ báo này đều đã thúc tiến phong trào chữ quốc ngữ của Việt Nam và Đài Loan, còn sớm hơn nhiều so với phong trào văn bạch thoại Ngũ Tứ vào năm 1919 của Trung Quốc!

Tuyệt đại đa số người dân Đài Loan sử dụng tiếng Đài làm tiếng mẹ đẻ. Nhưng, chính quyền Tưởng Giới Thạch vào năm 1945 sau chiến tranh chiếm lĩnh Đài Loan và dùng thủ đoạn thống trị thực dân độc tài bức ép người Đài Loan học tập tiếng Bắc Kinh và văn học Trung Quốc. Điều này dẫn đến tình trạng nhiều nhà văn Đài Loan mất đi khả năng sáng tác bằng tiếng mẹ đẻ của mình, tức là tiếng Đài Loan. Trong tuyển tập thơ này, việc chúng tôi cố tình dịch những bài thơ sang tiếng Đài còn có một ý nghĩa vô cùng quan trọng đó là học tập tinh thần của người Việt sử dụng tiếng Việt sáng tác văn học Việt! Đồng thời cũng hưởng ứng chủ trương của Hội Nhà văn Đài Loan là "Văn học Đài Loan nhất định phải dùng tiếng mẹ đẻ của Đài Loan để sáng tác! Tiếng Bắc Kinh của Trung Quốc không phải là tiếng mẹ đẻ của người Đài Loan."

Tưởng Vi Văn
Giáo sư Khoa Văn học Đài Loan
Giám đốc Trung tâm Nghiên cứu Việt Nam
Đại học Quốc gia Thành Công

# 學習越南人用越南語創作
# 越南文學的精神！

　　我和作者越南詩人陳潤明結識於 2015 年在越南舉辦的亞太文學論壇盛會。當時他送我一本他的詩集。讀完他的詩集後我對他的作品印象深刻且讚嘆不已。由於他親身經歷過越南對抗外來政權的民族獨立運動，作品充滿了對故鄉越南的愛、人生的哲理與戰爭的反省。這樣的優質作品絕對值得台灣讀者細細品味。因此我們特別挑選了他的 37 首詩，翻譯成中文及台文，期待這本詩選可以帶動台灣與越南兩國之間更多的文學交流。

　　雖然台越之間的經貿往來相當頻繁，然而文學交流卻仍然相當有限。許多台灣人不懂越南文學，甚至誤以為越南文學為中國文學的支流。同樣地，不少越南人也不認識台灣文學，誤把中國文學當作台灣文學。有鑑於此，我們特別規劃出版這本獨特的越、中、台三語詩集以拋磚引玉促使更多人從事台越文學交流。

　　越南於 1865 年發行了第一份的羅馬字報紙《嘉定報》。該報紙由精通 27 種語言的世界級越南文豪張永記擔任主編。台灣也於 1885 年發行第一份的羅馬字報紙《台灣府城教會報》。這兩份報紙分別促進了越南和台灣的白話文運動,遠比 1919 年中國五四白話文運動還早!

　　絕大多數的台灣人使用台語為母語。然而,蔣介石政權於 1945 年戰後佔領台灣並以獨裁的殖民統治手段逼迫台灣人學習中國北京話及中國文學。導致不少台灣作家失去以台灣母語創作的能力。在這本詩選裡,我們特別將作品翻譯成台文還有一個很重大的意義,就是學習越南人用越南語創作越南文學的精神!並呼應台文筆會的主張:台灣文學必須用台灣母語創作!中國北京話不是台灣母語!

　　最後,感謝詩人陳潤明及越南作家協會、國立成功大學、台越文化協會、台文筆會、台灣羅馬字協會、樂安醫院、亞細亞國際傳播社等單位出錢出力才能促成這本全台第一本越、中、台三語詩集的誕生!願在大家的協力合作下台越兩國的文學交流將日益熱絡!

蔣為文
國立成功大學
越南研究中心主任、台灣文學系教授

# Tiỏh hȧk-sip Oȧt-lâm-lâng iōng Oȧt-lâm-ōe chhòng-chok Oȧt-lâm bûn-hȧk ê cheng-sîn

Góa hām chok-chiá Oȧt-lâm si-jîn Tân Lūn-bêng sī tī 2015 nî tī Oȧt-lâm kí-pān ê A-thài Bûn-hȧk Lūn-tôaⁿ lìn sėk-sāi. Hit chūn i sàng góa 1 pún i ê si-chıp. Góa bōe-chēng thȧk oân tō tùi i ê si chin ū ìn-siōng koh o-ló tak-chıh. In-ūi i chhin-sin chham-ú kòe Oȧt-lâm tùi-khòng góa-lâi chèng-koân ê bîn-chȯk tȯk-lıp ūn-tōng, chok-phín lāi-té lóng sī móa-kîⁿ ê tùi kòˑ-hiong Oȧt-lâm ê thiàⁿ-thàng, jîn-seng ê thiat-lí, hām chiàn-cheng ê hoán-séng. Chit khoán ê it-chi-páng ê chok-phín choȧt-tùi tȧt-tit Tâi-oân thȯk-chiá hó-hó-á him-sióng. Sóˑ-pái lán tėk-piȧt kéng 37 siú i ê si-chok, hoan-ėk chò Tiong-bûn hām Tâi-bûn, ǹg-bāng chit pún chheh ē-tàng tài-tōng Tâi-oân hām Oȧt-lâm lióng kok chi-kan koh khah chē ê bûn-hȧk kau-liû.

Sui-bóng Tâi Oȧt chi-kan ê keng-bōˑ óng-lâi chin chiȧp, m̄-koh bûn-hȧk ê kau-liû soah iáu chin iú-hān. Chin chē Tâi-oân-lâng m̄-bat Oȧt-lâm bûn-hȧk, sīm-chì kiò-sī Oȧt-lâm bûn-hȧk sī Tiong-kok bûn-hȧk ê chi-liû.

Kâng-khoán, bē-chió Oát-lâm-lâng mā m̄-bat Tâi-oân bûn-hák, tiāⁿ gō·-hōe kā chāi Tâi-oân ê Tiong-kok lān-bîn bûn-hák tòng-chò sī Tâi-oân bûn-hák ê tāi-piáu. Tiòh sī chit-ê iân-kò, lán tèk-piàt kui-ōe chhut-pán chit pún tòk-tèk ê Oát-Tiong-Tâi saⁿ gí si-chip thang ín-chhōa khah chē lâng lâi chò Tâi Oát bûn-hák kau-liû.

Oát-lâm tī 1865 nî hoat-hêng tē-it hūn ê Lô-má-jī pò-chóa "Ka-tēng-pò." Chit hūn pò-chóa iû bat 27 chióng gí-giân ê sè-kài-kip Oát-lâm bûn-hô Tiuⁿ Éng-kì chò chú-pian. Tâi-oân mā tī 1885 nî hoat-hêng tē-it hūn ê Lô-má-jī pò-chóa "Tâi-oân Hú-siâⁿ Kàu-hōe-pò." Chit 2 hūn pò-chóa hun-piàt chhiok-chìn Oát-lâm hām Tâi-oân ê pèh-ōe-bûn ūn-tōng, pí Chi-ná ê 1919 nî Gó·Sù ūn-tōng koh khah chá!

Lūn chin kóng, tōa-to-sò· Tâi-oân-lâng ê bó-gí sī Tâi-gí. M̄-koh, chū 1945 nî chiàn-āu Chi-ná Chiúⁿ Kài-chióh chèng-koân chiàm-niá Tâi-oân liáu iōng tòk-chhâi ê sit-bîn thóng-tī chhiú-tōaⁿ pek Tâi-oân-lâng óh Chi-ná-ōe hām Chi-ná bûn-hák. Chō-sêng bē-chió Tâi-oân chok-ka hông kā chih soah sit-khì iōng Tâi-gí chhòng-chok ê lêng-lèk. Tī chit pún si-soán lìn, lán tèk-piàt kā chok-phín hoan-èk chò Tâi-bûn iáu ū 1 chân chin chhim ê ì-gī, tiòh-sī beh hák-sip Oát-lâm-

lâng kian-chhî iōng Oa̍t-lâm-ōe chhòng-chok Oa̍t-lâm
bûn-ha̍k ê cheng-sîn! Mā beh ho·-èng Tâi-bûn Pit-hōe
ê chú-tiuⁿ: Tâi-oân bûn-ha̍k tio̍h-ài iōng Tâi-oân bó-
gí chhòng-chok! Tiong-kok Pak-kiaⁿ-ōe choa̍t-tùi m̄-sī
Tâi-oân-ōe!

Chiúⁿ Ûi-bûn
Kok-li̍p Sêng-kong Tāi-ha̍k
Tâi-oân Bûn-ha̍k-hē kàu-siū
Oa̍t-lâm Gián-kiú Tiong-sim chú-jīm

Vietnamese

**Trần Nhuận Minh**

*1*

# ANH BẠN ƠI 朋友啊！

• • •

Anh bạn ơi, xin anh đừng ngồi khóc
Dưới vòm sao chi chít sáng...
Cô gái yêu anh đã bỏ anh rồi
Cô sang lấy chồng ở Đài Loan
Vì cô cần tiền nuôi mẹ...

Anh bạn ơi, xin anh đừng ngồi khóc
Trong bóng si rủ lá âm thầm...
Cô gái yêu anh đã bỏ anh rồi
Cô đi làm thuê ở Hàn Quốc
Và ở đó cô đã lấy ông chủ
Già hơn cha mình...
Vì cô cần tiền xây nhà cho mẹ…

Anh bạn ơi, xin anh đừng ngồi khóc
Bên biển xanh đẹp như mơ
Cô gái yêu anh đã bỏ anh rồi
Cô bị bán sang Trung Hoa rộng mênh mông
Không ai biết cô sẽ sống thế nào...
Vì cô không biết mình bị bán...

Anh bạn ơi, xin các anh đừng ngồi khóc
Ở bất cứ đâu...
Cho yên lòng kẻ ra đi
Vì các cô gái yêu anh
        đâu có muốn thế...

*2010*

*2*

# CHUYỆN CÔ CA SĨ
# VÀ CON ĐỐM TRẮNG

女歌星和花斑狗的故事

• • •

Một nông dân không biết bao nhiêu tuổi
Tập tễnh đi thu lượm ve chai
Không ai biết ông từ đâu tới
Và gia đình, bè bạn là ai…

Ông sống trong túp lều dựng tạm
Dưới chân cầu, nước chảy loanh quanh
Trời bắt tội, đã câm lại điếc
Thế giới trong ông không hề có âm thanh

Mỗi ngày đi không biết bao cây số
Quẩy hai bên những chai lọ đen sì
Được bao nhiêu, ông bán buôn cho *vựa*
*Vựa* bán cho *chành, chành* bán cho *công ti* …[1]

Dàn đồng ca:
*Có ai bán ve chai cho tôi ?*
Có đây! Có đây!...

---

[1] Tên các đơn vị thu mua ve chai.

*Tiếng ca cất lên từ số phận con người*
*Chao ôi! Số phận là gì? Nỗi đau từ đâu tới?*
*Mà làm nên bao tác phẩm tuyệt vời…*

*

Rồi một chiều, bỗng thấy con chó cún
Chạy theo ông, không biết đến từ đâu
" Mày cũng giống ta ư? " Ông ôm chầm lấy nó
Tay vuốt ve những đốm trắng trên đầu…

Con cún liếm tay ông cảm động
Mắt long lanh như có lệ nhòa
" Ta có bạn rồi!" ông reo trong ý nghĩ
Và cùng đi về phía cuối đường xa…

Ông mua thêm được nhiều chai lọ
Nhiều người còn vui vẻ cho không
Họ thương vẻ hiền ngoan con chó Đốm
Cố giành nhiều chai lọ cho ông

Con Đốm Trắng quì hai chân trước
Sủa một tiếng khàn, vẫy vẫy đuôi
Ấy là nó tạ ơn ông chủ quán
Mà nó không nói được thành lời…

**Dàn đồng ca:**
***Có ai bán ve chai cho tôi ?***
Có đây! Có đây!...
        *Mọi giá gương đều được phủ nhiễu điều*
*Hãy nghĩ về những người Tốt mà sống*
*Cuộc đời này thêm Đẹp biết bao nhiêu…*
        *

Rồi một chiều, con Đốm Trắng kéo ông
Đến bụi cỏ hoang… bên bờ vực
Chao ôi! Một bé gái kiến bâu đầy ngực
Nằm như đã chết rồi…

Ông kêu lên, lần đầu thốt ra lời
Cũng chỉ *ê ê* không rõ nghĩa
Ông bế lên và bất ngờ đứa bé
Mở mắt nhìn ông như nhìn một thiên thần…

Ông thầm tạ ơn trời, đã cho ông đứa con
Ông nuôi nó bằng tiền ông tích cóp
Bữa ăn bớt dần… nhưng áo quần và sữa ngọt
Thì vẫn thơm tho, đầy đủ ở bên cô…

Ông không thể rời con, chỉ đôi khi nó ngủ
Mới lội quanh khúc suối bắt cá tôm
Nấu cháo nuôi con, bế bồng nựng bé
Bằng giọng *ê ê* buồn bã ồm ồm…

Thu ve chai chỉ còn con Đốm Trắng
Đến các quán quỳ xin, rồi tha lọ chai về
Có cố thế nào, cũng mỗi lần một thứ
Chân chạy nhanh như vó ngựa phi…

Cô bé vui chơi cùng con chó
Đêm nằm bên nhau như đôi bạn tâm tình
Chả ai ngờ cô bé hoang dại ấy
Lớn rất nhanh… càng lớn lại càng xinh…

Cô gái đưa ông già đi hát dạo
Những khúc ca cô học ở ngoài đời
Rồi cố phổ lòng mình vào âm điệu
Mà ai nghe cũng nước mắt nhòe rơi…

Cô hát về ông già tập tễnh
Con Đốm Trắng đi bên, quì xuống xin tiền
Cô ca ngợi chân cầu nước chảy
Có cái lều hoang như chốn thần tiên…

Dàn đồng ca:
*Có ai bán ve chai cho tôi ?*
Có đây! Có đây!...
         *Hàng ngàn cánh tay giơ tua tủa lên trời …*
*Và họ bỗng thấy con Đốm Trắng*
*Bên ông già tập tễnh bước song đôi…*

*

Lại một chiều, có một chàng nhạc sĩ
Đàn kéo xin tiền trên hè phố lang thang…
Bỗng thấy một giọng ca rất hiếm
Chàng giới thiệu cô với Nhà hát Lúa Vàng

Cô trở thành giọng ca hạng nhất
Hợp đồng liên miên tỉnh nọ thành kia
Khi đã hát thì tự quên tất cả
Chỉ còn giọng ca với dòng lệ đầm đìa…

Tiền được bao nhiêu… cô cũng không nhớ nữa
Cô mơ mình hơn hẳn mọi ngôi sao
Hát cho đất trời đều tan thành nước mắt
Và tên tuổi cô dâng ngập cả trời cao…

Rồi một đêm, cô đang trên sàn diễn
Nhận được tin, ông già đã chết rồi
Giọng ca cô như rỉ từng giọt máu
Lại càng làm người nghe say đắm… hét vang trời…

Và không thể bỏ hợp đồng đã kí
Cô lại đi hát cho mọi người nghe…
Người chôn cất ông, chính là chàng nhạc sĩ
Chàng kéo đàn hòa theo cô…khi đứng ở vỉa hè…
Dàn đồng ca:
*Có ai bán ve chai cho tôi ?*
Có đây! Có đây!...

*Hàng ngàn cánh tay giơ tua tủa lên trời …*
*Ai hiểu được tiếng đàn chàng nhạc sĩ*
*Và một tình yêu không thể nào nguôi…*

\*

Khi cô về, túp lều hoang đã đổ
Mộ ông lên màu cỏ mát tả tơi
Trên cỏ xanh, khung xương con Đốm Trắng
Vẫn còn nguyên trong dầu dãi cõi đời

Cô gục xuống, khóc không thành tiếng
Nước mắt rơi… bỏng đỏ cả hai tay
Cô rũ tiền, tung lên bốn phía
Những đồng tiền thành mảnh giấy vụn bay…

Rồi cô ra sao… không ai biết nữa
Nhưng bài hát của cô… trên sân khấu vẫn còn vang
Người ta lại ném tiền xuống chân người hát
*Có đây! Có đây!…*
     Có cả bạc và vàng…

Chàng nhạc sĩ vẫn kéo đàn trên hè phố
Thầm yêu cô, tiếng đàn thiết tha sao…
Đến Nhà hát Lúa Vàng, bỗng nhiên chàng khựng lại
Tưởng như cô vẫn đang hát ngày nào…

Và chàng ngất… nằm nghiêng trên vệ cỏ
Cả đất trời rừng rực tiếng ca vang
Những cánh tay lại giơ lên tua tủa…
*Có đây! Có đây!…*
    Có cả bạc và vàng…

**Dàn đồng ca:**
*Có ai bán ve chai cho tôi ?*
Có đây! Có đây!…
        *Hàng ngàn cánh tay giơ tua tủa lên trời …*
*Họ bỗng thấy lang thang chàng nhạc sĩ*
*Và mối tình thiêng liêng không thể hát thành lời…*

*2016*

*3*

# CỤ CHIẾN TIỄN CHÁU GÁI
# ĐI GIÚP VIỆC GIA ĐÌNH
# Ở NƯỚC NGOÀI
## 聖戰士送姪女到國外當傭人

• • •

Cháu đã qua lớp học
Tập lau nhà, thùa khuy
Tập hầu cơm ông trẻ
Đưa tăm cháu phải quỳ

Tập ăn thừa dưới bếp
Tập khóc chẳng ai hay...
Bài học thời mất nước
Ai ngờ dùng hôm nay

Ba mươi năm thắng giặc
Ngẩng đầu trong đạn bom
Đói nghèo run tay gậy
Cụ đứng bên đường mòn...

*6 - 1998*

**4**

# LỜI MỘT NGƯỜI BẠN CÓ VỢ ĐƯỢC CHỌN ĐI LÀM ÔSIN Ở ĐÀI LOAN

一個朋友的老婆到台灣當女傭的留言

• • •

*Ưu tiên gia đình liệt sĩ*
*Mình mới được làm Ôsin*
*Ngành than hiện đang giãn thợ* ²
*Biết đâu có việc mà tìm*

*Thôi vui mà đi, mình nhé*
*Dùng dằng người khác sẽ thay*
*Lương tám trăm đô, mỗi tháng*
*Ơn giời còn một cơ may…*

*Anh sẽ bỏ bồ, chừa rượu*
*Tảo tần nuôi mẹ, dạy con*
*Vài năm nhớ về, mình nhé*
*Trông mình như vẫn còn son…*

Bạn nói rồi cười ngơ ngác
Bâng khuâng gương mặt hao gầy
Giọt lệ của người đứng tuổi
Biết rơi vào cõi nào đây…

*1999*

---

² Năm 1999, Tổng Công ty Than Việt Nam chủ trương các mỏ nghỉ luân phiên và giãn thợ (sau bãi bỏ).

**5**

# NGÀY NÀY, THÁNG NỌ...
這一天、那一月……

• • •

Ngày này, tháng nọ, năm kia
Tình cờ vào một quán bia, gặp nàng
Ngón tay vàng những nhẫn vàng
Cổ đeo vòng bạc, vai quàng áo da
Nghe đâu, nàng - mụ Tú Bà
Buôn hàng *tươi mát* chuyển ra biên thùy...

Ngày này, tháng nọ, năm kia
Nàng trong khách sạn cặp kè một anh
Anh này đang tiến bộ nhanh
Vừa Giám đốc sở, vừa Thành ủy viên
Hai người đứng ở hàng hiên
Hôn nhau một cái rồi lên trên lầu...

Ngày này, tháng nọ, năm sau
Thấy nàng giảng lớp làm dâu xứ người [3]
Mừng nàng làm cán bộ rồi
Có hai con gửi hai nơi xa nhà
Một con thì giống Chánh toà
Một con... như là... Cục trưởng Hải quan...

*2008*

---

[3] Lớp học của chị em lấy chồng Đài Loan.

*6*

# CHIẾC ĐÒN GÁNH CONG   彎扁擔

• • •

Bà tôi có chiếc đòn gánh cong
Nửa đời gánh mướn kiếp long đong
Đường lầy, gánh nặng, vai cháy bỏng
Mỗi bước chân đi, nước mắt ròng...

Chân rạc như hai cái cẳng cà
Một lần bà gánh nặng đường xa
Trượt chân ngã xuống không dậy nữa
Chiếc gánh đè lên chiếc ngực già...

Mẹ tôi lại gánh chiếc đòn cong
Lại đi gánh mướn lại long đong
Cuộc đời vít trĩu đôi đầu gánh
Lưng mẹ già nua còng lại còng

Mỗi buổi hoàng hôn tắt ngọn tre
Tôi ra đầu ngõ ngóng mẹ về
Bóng tối nặng trùm lên vai mẹ
Mẹ còn gánh cát chạy trên đê

Mười mấy năm rồi, tôi vẫn nhớ
Có lần mẹ gánh gãy xương lưng
Mẹ dúi cho tôi vài củ lạc
Nhìn tôi mà nước mắt rưng rưng...

Hôm nay tôi chặt chiếc đòn cong
Để đóng chiếc xe chạy giữa đồng
Mẹ cười, lệ bỗng lăn trên má
Hợp tác đời vui mái ngói hồng...

*Điền Trì 1960*

*7*

# CỔNG LÀNG  村莊牌樓

• • •

Đấy là nơi lần đầu ta nhận ra Đất Nước
Ngổn ngang mây hong nắng chân trời xa
Bát ngát câu hò, nẻo đường xoè nan quạt
Gan bàn chân mát lạnh bóng tre ngà

Nơi niềm vui theo năm tháng sinh sôi
Mùi nếp thoảng bay. Nhịp chày khua gấp
Tiếng súng dội về bao đêm trở giấc
Trâu cọ cổng tre lấp lánh lưỡi cày

Nơi nuôi lớn bao đời yêu thương và căm giận
Chi chít dấu chân những trai làng ra trận
Dấu chân con in lên dấu chân cha
Mắt mẹ đã mờ vẫn sáng những trời xa...

Ta đã đi qua những cổng làng thơm hương lúa mới
Những cổng làng bâng khuâng mùa cưới
Những cổng làng sâu như lòng mẹ thương con
Nòng pháo nghiêng nghiêng, viên đạn cũng bồn chồn

Dù xuyên rừng sâu, hay vượt sông xa
Vẫn thấy cổng làng đau đáu nhìn ta...

*Giếng Mía 10 - 1965*

*8*

# CHUYỆN TRONG HANG CẤP CỨU
在急救洞裡

. . .

Người đàn bà ấy ập vào hang cùng với hơi bom
Lát sau chị đau bụng đẻ
Chiếc bàn mổ bỗng thành bàn sinh nở
Chúng tôi nén đau, không ai nỡ rên
Phải để chị sinh con trong những phút bình yên

Phải để chị sinh con trong những phút bình yên
Chấn động bom, chị có sao không?
Ai lường được những gian nan, trắc trở
Tôi nghe rõ người nằm bên, đang thở
Dù vết thương nhức buốt cũng không rên
Phải để chị sinh con trong những phút bình yên

Phải để chị sinh con trong những phút bình yên
Nghĩ suy của chúng tôi, đều dồn vào đấy
Đứa trẻ ra đời trong trận bom -
     Đứa trẻ kỳ diệu ấy
     Sẽ ra sao? Hồi hộp đến lạ thường...

Sự chờ đợi như sợi dây căng thẳng
Chợt rung lên. Tiếng trẻ khóc oe oe
Tiếng trẻ khóc
    Xuyên qua lòng chúng tôi
Mạnh và vui như tia chớp mùa hè
Bàng hoàng quá chúng tôi bật dậy
Người mẹ ấy mỉm cười mệt mỏi

Tay tìm xem con gái hay trai...
Dù chẳng ai biết người mẹ là ai
Cũng chăm nom như người nhà rối rít
Tôi lay người nằm bên. Anh ta đã chết
Răng cắn nát vành môi, không một tiếng rên

Phải để cháu ra đời,
Trong những phút bình yên...

*Hồng Gai 7 - 1972*

*9*

# NHỚ MỘT ĐẢNG VIÊN
# TRONG CẢI CÁCH RUỘNG ĐẤT
## 回憶土改期間的一位黨員

• • •

Những nông dân vừa được anh giải phóng
Đã lôi anh đến cạnh thùng vôi
Họ bắn anh. Nhưng không bắn trúng
Tay họ chỉ quen cầm cuốc thôi

Nhát cuốc đầu tiên. Mặt nhoè máu tươi
Phút hiểm nguy vẫn tin vào Cách Mạng
Anh kêu lên. Tiếng kêu đứt quãng
- CÁC ĐỒNG CHÍ...
                    ƠI!...

*Điền Trì 3 - 2 - 1980*

10

# BÁ KIM 金嬸婆

• • •

Nhà bá khuất sau vườn mía rộng
Bá ngồi hiên bỏm bẻm nhai trầu
Niêu đất nấu cơm, chõng tre giải ổ
Bá chả cần gì hơn thế đâu

Con cả mất khi chiếm hầm Đờ Cát
Con thứ hi sinh lúc giành lại Sài Gòn
Bằng Tổ Quốc ghi công
            không dán lên vách nữa
Bàn thờ cũng không có ảnh hai con

Nỗi sâu thẳm chỉ một mình bá biết
Khi đêm đêm bá hãm ngọn đèn xanh
Bá ngồi đếm từng đồng tiền liệt sĩ
Lặng lẽ cho riêng vào một hũ sành

Bá chẳng yêu cầu điều này điều nọ
Trước móc cua, bây giờ cũng móc cua
Mu bàn tay chéo chằng vết xước
Cái giỏ treo bên liếp tre thưa

Mỗi lần tết, Ủy ban thường đến tặng
Bao thuốc Điện Biên với gói chè Tàu
Bá thắp hương rồi để nguyên như thế
Bá chả biết dùng những thứ này đâu

Lưng bá còng, tóc ngắn như con gái
Bá bán cua khắp ngõ Huyện chợ Đình
Còn tiền lẻ, bá mua bỏng bẹ
Tha hồ cho các cháu học sinh...

Rồi một sớm, ngọn đèn vẫn sáng
Cái hũ nằm bên... Bá đã đi rồi!
Gương mặt bá dịu hiền thanh thản quá
Không hề vương những buồn khổ cõi đời

Hồn thơm thảo đã lẫn vào trời đất
Bá như còn đâu đó... lại như không
Tôi chắp tay trước màu xanh muôn thuở
Vẫn từng xanh trên làng xóm ruộng đồng...

*1988*

## 11

# BÊN ĐƯỜNG 路邊

• • •

Anh thợ lò mang tín phiếu ra chợ [4]
Tôi có ba mươi ngàn, ai trả bao nhiêu?
Gạo nhà nước, bốn tháng liền nợ sổ
Lũ trẻ trưa nay lại phải treo niêu...

Anh còn có suất cơm công nghiệp
Cố làm thêm than cho lũ trẻ no lòng
Tiền năng suất lại ghi thêm vào phiếu
Tôi có ba mươi ngàn, ai mua không?

Tấm áo bạc xanh. Con dấu đỏ
Gương mặt công nhân chất phác thật thà
Như con chim thấy cây cong cũng sợ
Họ sợ dối lừa
        Lặng lẽ đi qua...

Anh nhìn họ. Và một cơn ớn lạnh
Chạy qua tim. Anh bỗng rùng mình
Hãy trả tôi dưới mười ngàn cũng được
Họ mỉm cười, càng bước thêm nhanh

---

[4] Ngành than thí điểm thực hiện phương pháp trả lương bằng tín phiếu, sau sáu tháng thì bãi bỏ.

Chẳng còn biết phải làm gì thêm nữa
Anh giơ cao những tín phiếu dấu son
Chợ vắng dần...
    Chỉ còn mình anh đứng
Như biểu tượng một thời của cả nước non...

*Vĩnh Khê 1988*

*12*

# TIẾN MỘT NGƯỜI VỢ LÍNH
## 送走一位士兵的妻子

• • •

Tim ngừng đập chín ngày, mặt vẫn hồng tươi
Chị có còn chăng hay đã đi rồi?
Chinh phụ nàng ơi! Đường âm, quanh co và u tối
Hãy vịn cành dương mà về với cõi Người ! [5]

Anh ấy không về, anh ấy đâu có lỗi
Hình ảnh chị hiện lên cuối cùng
          trong quần quại chớp bom
Thời gian đắp cho anh, tấm chăn màu hoa cỏ
Anh ngủ giữa trời sao đâu đó cạnh đường mòn

Chinh phụ nàng ơi! Trần gian
          lắm tủi hờn và oan nghiệt
Thì đi đi, họ mạc đã đủ rồi!

Chị chẳng bao giờ tin là anh đã chết
Dù đồng đội anh cũng chẳng thấy ai về
Nỗi chờ đợi mong manh và tuyệt vọng
Nửa đêm dài khắc khoải mấy cơn mê...

---

[5] Những lời nguyện cầu của thầy phù thủy và thân nhân cho người lâm chung được nhẹ nhõm mà "ra đi"...

Bỗng có ai giống anh hiện ra
    trong khung cửa quầy hàng
Chị bàng hoàng reo lên, rơi hút vào vực tối
Người khách đến mua một bao diêm
    rồi lại đi ngay, người khách đâu có lỗi
**Chinh phụ nàng ơi!**
    **Hãy vịn cành dương**
        **mà về với cõi Đời…**

Tim ngừng đập chín ngày, mặt vẫn hồng tươi
Chị như đã gặp anh trong khói sương thăm thẳm
Giọt lệ đọng mơ hồ, dưới hàng mi chưa khép hẳn
Niềm vui đắng cay đâu chỉ của một người…

Quan tài sơn sắc hoàng hôn tím biếc
Sao đầm đìa chảy nến chín tầng cao
Ngang mặt chị, cuộc chiến tranh đã khép
Sau bao nhiêu anh dũng tự hào...

Lừa dối chị mà đi, anh ấy đâu có lỗi
Cỏ hết mình xanh không che hết nỗi đau người
**Chinh phụ nàng ơi! Cành dương úa,**
    **lú đường quay trở lại**
**Thì đi đi!**
    **Đừng để anh mong**
**Hỡi quỉ thần! Trong cõi đen như đêm**
    **đừng để nàng một lần nữa mất chồng...**

*Sài Gòn 7 - 5 - 1992*

*13*

# BÀI THƠ KHÔNG ĐỊNH VIẾT
## 不打算寫的一首詩

• • •

Không phải con tôi. Không phải cháu tôi
Tôi cũng chẳng bao giờ quen biết nó
Hãy trông! Nó hoàn toàn còn là một thằng nhỏ
Đạp nó thế đủ rồi! Tát nó thế đủ rồi!

Nó có tội chi? Bác ơi, chị ơi
Ăn trộm ư? Một bánh mì kẹp thịt
Đây tôi trả tiền cho. Thế này nhiều hay ít?
Thả nó ra, đánh đập quá nhiều rồi…

Mặt nó sưng vêu tím như vỏ ốc nhồi
Răng nó lung lay. Mép ứa dòng máu đỏ
Có thể nó không còn mẹ còn bố
Nó đi xin vỏ bao xi măng ở các nhà xây…

Giành một miếng ăn mà bị xử đến mức này
Với trẻ con, sao các người ác thế?
Không ai vô can, khi một em bé
Đến ngày hôm nay vẫn còn đói bánh mì...

*1 - 6 - 1994*

*14*

# MỘT LẦN EM GHÉ QUA ĐÂY
有一次妳來過

• • •

Một lần em ghé qua đây
Đánh rơi một chiếc lông mày xuống sân…

Thế rồi … Chó sủa người thân
Chim xa quên hót, cá gần quên bơi
Vợ anh nấu cháo cháy nồi
Còn anh hết đứng lại ngồi ngẩn ngơ…

Chiếc lông mày ấy, bây giờ
Thành nhành cỏ lạ bất ngờ trổ hoa …

Hoa ơi, anh khác người ta
Dám đâu dối chị để mà yêu em …

*2003*

15

# EM CÓ VỀ HẠ LONG...

妳是否回下龍灣……

• • •

Em có về Hạ Long cùng anh, để thấy đá cũng yêu nhau,
    khi giữa biển trời hiện lên hòn Trống Mái
Cây cỏ ngả vào lòng nhau, quần quại dưới trăng khuya
Một phút đã trôi qua, không thể tìm lại được
Núi đã ấp ôm mây, gió không thể chia lìa...

Anh gửi lại em nỗi buồn mùa thu,
    khi giọt sương rơi trên tán lá bạch đàn
Em đã gặp anh, dù anh đã lẫn vào trời biếc
Như vịnh Hạ Long, biển nắng có vẻ đẹp của nắng,
    núi mưa có vẻ đẹp của mưa
Em đẹp hơn xưa, em cũng trẻ hơn xưa…

Anh vẫn ở bên em. Làm sao em biết được
Ấy là khi môi em mơ hồ như thoáng ướt
Và dịu dàng, em thấy ấm ở lòng tay
Và khi gió không lùa, mà tà áo em bay…

*Bệnh viện K, Hà Nội 15 - 01 - 2012*

## 16

# TỰ THUẬT 自述

• • •

Tôi đứng ở mọi miền
   Đi ở khắp nơi
Chỗ tôi nằm là đất Hạ Long thôi...

Mảnh đất nuôi tôi từ năm mười tám tuổi
Giọt mồ hôi có vị mặn thợ thuyền
Ngang dọc trong hồn một trời gió muối
Lúc nào cũng yên mà chẳng lúc nào yên

Tôi bâng khuâng trước cánh chim lặng lẽ
Cô đơn bay không biết tới phương nào
Tôi đã khóc dưới vầng trăng sáng
Đến bây giờ vẫn không hiểu vì sao...

Tôi đã yêu và làm việc hết mình
Bởi tôi biết cuộc đời bất trắc và ngắn ngủi
Tôi luôn cảm thấy mình có tội
Trước mẹ già ngửa chiếc bát xin ăn

Viết được một câu thơ trung thực với Nhân Dân
Tôi đã đi qua bốn mươi năm bão táp
Cả xã hội diệt trừ cái ác
Cái ác vẫn ngang nhiên cười nói giữa đời

Tôi đứng ở mọi miền
    Và đi ở khắp nơi...

*8 - 2000*

*17*

# ĐI NGANG THẾ GIAN 戰火人生

• • •

Trong ngày có bóng đêm
　　Trong đêm có ánh ngày
Khí trời hồn nhiên vận hành qua sắc cỏ
Sau mọi kiếm tìm
　　Tôi tuyên bố
Tôi chẳng phải là tôi. Tôi cũng chả là gì...

Mây bây giờ, ngàn năm trước đã bay đi
Mọi giành giật rồi thành hư ảo hết
Chém sáng giữa vòm khuya
　　Ngôi sao đã chết
Có trái đất xanh tươi này
　　chỉ là ngẫu nhiên thôi...

　　Như ngẫu nhiên mà có cuộc đời tôi
Thơ tôi cũng ngẫu nhiên
　　mà long lanh như vẩy rắn
Kim Tự Tháp đứng im vẫn bay vạn dặm
Kẻ giỏi hạ cây đâu cần đến sức rìu...

Tất cả đổi thay nhanh
dù vẫn sớm vẫn chiều
Tôi không đổi thay
Càng mới thì càng cũ
Đi ngang thế gian
mặt đầy hầm hố
Tôi cắp nách một kho vàng
Toàn là ánh trăng suông…

*2003*

18

# CHẲNG AI LẮNG NGHE...

無人願意聽……

• • •

Chẳng ai lắng nghe, dù ai cũng biết
Tiếng nói của Dân là tiếng nói của Ông Trời
Quyền lực vào nhà
　　Chân lí ra ngoài cửa …
Một đời mình chỉ nói với mình thôi

Thì hãy cố để không làm điều ác
Nhặt cái đinh ở giữa đường
　　không ngắt cây non
Ngày vĩ đại là ngày không nói dối
Và ngừng bắt chim khi nó ấp con …

*2003*

*19*

# KHÓ THAY LÀ BIẾT...

最難是知道……

• • •

Khó thay là biết điểm dừng
Trẻ không hiếu thắng, già đừng tham lam
Bạn thân chọn lúc cơ hàn
Tài càng ngắn lại, mồm càng dài ra...

Cây trong im lặng, trổ hoa
Trời xanh không nói vẫn là trời xanh...

*2004*

20

# CÁ MÀ TRÔNG THẤY...

## 若魚兒看到……

• • •

Cá mà trông thấy lưỡi câu
Thì dù có đói, dám đâu đớp mồi...
Trớ trêu là tại Ông Trời
Sinh ra cái bẫy nhử người tham lam...

*2006*

*21*

# DUY NHẤT TRÊN ĐỜI ...

世上的唯一……

•   •   •

Duy nhất trên đời
Chỉ có một cái không bao giờ đổi thay
Ấy là Cái Chết
Cái Chết đứng chờ kia
        Xinh đẹp mỉm cười…
Người dân nghèo vùng núi xa
        Giữa thủ đô, ông Tổng Thống
Đích đến cuối cùng đều chung một, mà thôi…

Trước cái chết, mỗi người đều tốt đẹp
Còn tốt đẹp đến đâu lại tùy ở mỗi người…

*2007*

22

# "MẸ ƠI, CON ĐÓI!"

## 「媽媽，我很餓！」

• • •

*"Mẹ ơi, con đói!"*
Đứa bé chỉ nói vậy thôi mà ai cũng chạnh lòng
Chỗ sâu sắc tận cùng chính lại là giản dị
Loè loẹt mà làm chi, hỡi đuôi của Chim Công…

*2007*

*23*

# KHI ANH ĐỨNG...

你站立時⋯⋯

• • •

Khi anh đứng quay lưng về phía mặt trời
Bóng tối của chính anh sẽ ngả dài trước mặt...
Hãy thận trọng như đi trên dây
Bởi anh vẫn còn cái cuối cùng để mất...

*2008*

24

# TỪ XỬA TỪ XƯA ...  自古以來……

• • •

1

Từ xửa từ xưa trong cõi nhân gian
Ông Trời sinh ra con dao
Ông Trời lại sinh ra cái thớt
Anh là cái gì ư
Anh phải tự nói lên
Không phải phút đầu của đời anh
mà là phút chót ...

2

Mọi đặc quyền đều xúc phạm Nhân Dân
Và bất công như quả bóng lăn tròn
Từ chân người này sang chân người khác
Im lặng là vàng ư
**Im lặng là tội ác...**

*2008*

*25*

# TỰ NHIÊN 自然

• • •

Bất cứ đức tin nào
Cũng dựng lên từ những điều mê muội
Làm tổn thương tinh thần con người
Chẳng ai hơn các nhà triết học…

Người thuyết giảng chẳng bao giờ tin
Vào chính điều mà mình thuyết giảng
Lí luận đã bốc mùi ẩm mốc
Ngay từ khi nó vừa được sinh ra…

Một ngày mới lại bắt đầu
Bước qua xác những lí luận đã chết…

*2005*

*26*

# NHỮNG NGÔI SAO 星群

• • •

Những ngôi sao trong đêm
Trên trời kia
Chẳng có ý nghĩa gì
Tên của chúng do chúng ta áp đặt

Hàng nghìn năm nay các nhà chiêm tinh
Gán ghép các ngôi sao vào các số phận người
Đang lầm lũi sống trên mặt đất
Vậy mà chúng ta tin là thật…
Để phấn đấu cho ngày mai và để ước mơ…

Chúng ta thật thà tin vào những cái vu vơ
Và hình như không có niềm tin ấy
Chúng ta đã không tồn tại đến bây giờ…

*2007*

27

# SUY NGẪM 思考

• • •

Người nào cũng có nỗi bất hạnh
Chỉ có điều ta chưa biết
Suy cho cùng, đấy chính là lòng nhân đạo
        của Thượng đế
Để mọi người có cái cớ mà thương nhau

Hãy quên đi những buồn phiền và ganh ghét
Để bình yên cho mỗi ngôi nhà
Thêm một người bạn,
        có khi không thêm được một điều gì
Nhưng thêm một kẻ thù là đã thêm tất cả
Những viên đạn vô hình từ bốn phương
        sẽ đến tìm anh...

Hãy quên đi hận thù và đối kháng
Để bình yên tìm thấy quê hương ở mỗi lòng người...

*Hồng Kông 16 - 9 - 2010*

28

# CÒN BAO NHIÊU THỜI GIAN...
還有多少時間……

● ● ●

Còn bao nhiêu thời gian cho thức mây kia
    bay về đến tận cuối trời
Cho dòng sông này, tìm thấy bạn bè, lưu lạc nghìn năm,
    giữa các tầng nước cồn cào biển sóng
Còn bao nhiêu thời gian cho câu thơ tôi
    nhảy múa và hát vang
Trong giọt mồ hôi thiêng liêng, tụng ca Người Lao động

Còn bao nhiêu thời gian để tôi yêu đất nước
    đã nuôi dạy tôi trong đói rét, đạn bom
Và tôi nhận ra, trên cõi đời này:
    Chẳng có cái gì cao hơn Sự Thật
Còn bao nhiêu thời gian để tôi nhớ em,
    ngay cả khi em ngồi dửng dưng trước mặt
Ôi cái ánh trăng chảy đầm đìa trên mái tóc em
    có thể uống ngon lành…

Còn bao nhiêu thời gian để cơ thể tôi tan thành đất đai
Và tâm hồn tôi bay lên, bâng khuâng làn gió thổi
Còn bao nhiêu thời gian để tảng đá triệu năm
        lầm lì tăm tối

Bỗng bật nảy thành cây xanh,
        khi nghe vang
        một giọt mưa xuân…

                    *Bệnh viện K, Hà Nội 13 - 01 - 2012*

29

## ĐỨNG TRÊN THÀNH NHÀ HỒ Ở THANH HOÁ, NHỚ CÂU THƠ "PHÚC CHU THUỶ TÍN DÂN DO THUỶ" CỦA ỨC TRAI NGUYỄN TRÃI

站在清化省胡朝城，想念抑齋阮廌的詩句
「覆舟始信民猶水」

• • •

Khi vương triều không còn hợp lòng dân
Thì thành đá cũng chỉ là bùn nhão
Ngai vàng đổ trong mùa không mưa bão
Mặt xâm lăng lố nhố khắp kinh thành

Dân là ai?...
       Tôi bỗng rùng mình
Nền cung điện, phân bò rơi rải rác
Núi Cầm Hồ[6]cỏ may bay xao xác
Mệnh trời ư? Nào biết có hay không...

Từng thúng ngón tay đổ ào ào xuống sông[7]
Nhà Hồ mất[8], làm sao mà cưỡng được
**Lật thuyền mới biết dân như nước**
Bóng Ức Trai đi, động gió bốn phương trời...

*Vĩnh Lộc 29 - 10 - 1998*

---

[6] Nơi cha con Hồ Quý Ly bị bắt. Sử gia phong kiến cho đó là "Mệnh trời".
[7] Xây thành đá, ngón tay của dân bị đá kẹp đứt, đổ từng thúng xuống sông.
[8] Nhà Hồ mất năm 1407.

*30*

# BÊN SÔNG GIANH
淨江邊

• • •

Sông chia đôi nước miền Trịnh Nguyễn[9]
Cây cỏ chưa nguôi những oán hờn
Nam Bắc hai trăm năm trận mạc
Xương người thành củi để đun cơm

Ta đứng bên Sông, tay buông thõng
Trời ngang mặt sóng, cửa khơi gần
Bỗng nhiên lệ ứa câu thơ cổ
"Du du bỉ thương hề thùy tạo nhân?"[10]

Hỡi Sông, ngừng sóng, nghe ta nói
Làng xóm đôi bên đã nối liền
"Máu người không phải là nước lã"
Chớ động binh đao, để dân yên...

*2010*

---

[9] Thời kì phân liệt chiến tranh Nam Bắc 1600 - 1777.
[10] Thơ Chinh phụ ngâm của Đặng Trần Côn viết ở thời đó: (dịch) Xanh kia thăm thẳm tầng trên / Vì ai gây dựng cho nên nỗi này...

*31*

# ĐÀ LẠT 大叻市

• • •

Ta lắng nghe man mác tuổi sương chiều
Ngan ngát tím nỗi bâng khuâng muôn thuở
Tiếng chuông cũ lên rêu sườn tháp cổ
Mây chập chờn thức ngủ trắng hàng thông.

Em tìm ai, áo tía đến nao lòng
Môi ta chạm màu nắng mòn nhạt thếch
Mối tình hoang xanh rờn hương cổ tích
Mơ hồ giăng trong sắc đắng hoa mua

Giọt mưa buồn gõ xám mái nhà Vua
Yếm Hoàng Hậu vắt hờ vào xa thẳm
Khói hồ biếc Xuân Hương nồng nàn mà tĩnh lặng
Dính hồn ta hơn nhựa đất ba dan.

Tay ta xoè ngang ngọn Langbian
Xinh đẹp hỡi, sao em im tiếng thế
Ta đi
        Trên đỉnh rừng quạnh quẽ
Hồn ta bay như những sợi tơ trời...

*Chiều 5 - 5 - 1992*

*32*

# TÂY BẮC 西北

• • •

Tiếng chim rơi ngược bóng núi sông Đà
Đá gào vang. Không gian rung trắng thác
Đường dốc uốn vắt qua dải mây bạc
Hồn trượng phu nhuốm đỏ lá cây rừng

Mường Nưa chiều xưa, nắng hoang mặt người
Tây Trang sớm nay, gió lên bời bời
Hoa lau, ngàn lau bay hoa lau
Ba phần trời nghiêng ngửa sắc Lai Châu

Mây cuồn cuộn sinh ra từ khe núi bên mình
Bất chợt đổ qua vai dòng thác sữa
Sáng thinh không, chiếc lá như giọt lửa
Rạch chéo vách đá dựng ngàn thước cao

Thiên nhiên múa điệu rắn rồng cuồng dại
Thi với Cao Xanh, núi vút tầng lên mãi
Cúi mặt mây lượn. Ngẩng đầu tuyết rơi
Thêm một bước chân, ta đã ở trời rồi

Trời mà chi! Ô hô! Trời lạnh lắm
Đỉnh nhọn mà chi! Ô hô! Những vây hãm
        trùng trùng
Thơ vứt ngang trời, sông núi điếc
Ta thả nỗi buồn vào muôn dặm không trung...

*Fansipăng, chiều 27 - 2 - 1994*

*33*

# HÀ GIANG 河江

• • •

Cuồn cuộn mà im lặng
Mặt đỏ lừ trong ánh sao trôi
Sông Lô đi qua đêm như một kẻ giết người

*Lặng lẽ bông lau rừng thả hồn vào mây trắng...*

Cây đại ngàn nhuốm màu thu lớp lớp
Đỉnh Tây Côn Lĩnh ngút cao
Núi như đàn ngựa đang gào thét
Giữa trời
Lao

*Cỏ non Đồng Văn hương thơm gió bay...*

Ta hỏi Lô giang: Chảy mãi mà làm gì?
Ta hỏi Tây Côn Lĩnh sơn:
        Cao thế có buồn không?
Chợt thấy bông lau rừng
Ta lặng nhìn
Bất lực

*A ha! Trời xanh, nước xanh, núi xanh, ta xanh!...*

Ta đi một mình cuối mùa hoa rơi
Chán hết mọi sự đời
Hắt rượu lên mây trắng...

*Đặng Yên 8 - 1994*

*34*

## CAO BẰNG 高平

• • •

Tặng nhà thơ Y Phương

Trong sương mù lãng đãng
Núi như người đàn bà đang yêu
Và sông Bằng như mảnh thư tình
Bị bóc trộm

Đá xếp tường bờ ruộng bậc thang
Vòm cây cuối đông lốm đốm tàn lửa
Bóng Thâm Tâm đi ngang đèo Mã Phục[11]
Xa thẳm đường khuya vó ngựa Tống biệt hành[12]

Ta đi trảy nước non Cao Bằng
Như chàng lính thú xưa
Uống một chén rượu
Rừng trúc mọc đầy trăng...

*Cao Bằng 6 - 12 - 1998*

---

[11] Nơi Thâm Tâm mất 1950.
[12] Bài thơ nổi tiếng của Thâm Tâm.

35

# HÒN GÀ CHỌI ...[13] 鬥雞石 ······

• • •

Hòn Gà Chọi! Đúng là đôi gà chọi
Tầu rẽ trái phía bên kia
Hòn Gà Chọi đã thành hòn Cá Chép đang bơi

Tất cả đều đổi thay
Dù vững bền như đá
Thay đổi góc nhìn, chỉ cần thế mà thôi...

*2004*

---

[13]  Một cảnh đẹp nổi tiếng trên vịnh Hạ Long.

36

# MÓNG CÁI 芒街市

• • •

Sừng sững bức tường cao
Hoa bìm leo ngơ ngác
Thị xã thành gò hoang
Bời bời lau trắng toát

Đâu rồi những sàn nhảy
Nhạc bập bùng thâu đêm
Dưới bóng cây đen sẫm
Vàng hung đốm lửa thuyền

Dòng sông trôi không tiếng
Đánh đắm cả trời sao
Cái đao đình rờn rợn
Đổ nghiêng bên chiến hào

Tôi làm sao hiểu được
Những điều gì xảy ra
Niềm bâng khuâng kim cổ
Nhuốm hồn tôi ngà ngà...

Người lính đi vác củi
Khuất trong rừng lau cao
Sự đời mang mang quá
Biết vui buồn ra sao...

*Hải Ninh, đêm 17 - 2 - 1984*

*37*

# HÀ TIÊN 河仙

• • •

Tôi từ Sa Vĩ vào đây[14]
Gió ngưng Cửa Việt, mưa bay Tháp Chàm
Cảnh đất Bắc, sắc trời Nam
Tạo nên vị rượu, hương làn môi em
Ngắm hòn Phụ Tử trăng lên
Mây ngang Thạch Động, sao trên Đông Hồ
Mũi Nai rụng trái mù u
Nghe trong thăm thẳm mùa thu đang về
Tôi ngồi dưới bóng chàm che
Núi sông như chiếc quạt xoè trong tay

Em vào vũ hội đêm nay
Hát sao cho thoả những ngày cách xa...

*Mũi Nai 3 - 11 - 1999*

---

[14] Sa Vĩ là điểm đầu tiên, Mũi Nai là điểm cuối cùng của đường lượn chữ S bờ biển Việt Nam.

Chinese

蔡氏清水　譯

*1*

# 朋友啊！
*ANH BẠN ƠI*

● ● ●

朋友啊，請你不要再哭泣
在充滿星光的天空下……
你愛的姑娘已經離你而去
她要遠嫁到台灣去
因為她還有母親要養……

朋友啊，請你不要再哭泣
在寂寞榕樹的樹蔭裡……
你愛的姑娘已經離你而去
她要到韓國工作去
在那裡嫁給了老闆
比她父親年齡還要大……
因為她需要錢幫媽媽蓋房子……

朋友啊，請你不要再哭泣
在如夢似幻的海邊
你愛的姑娘已經離你而去
她被賣到一望無際的中華
沒人知她怎麼樣生活……
因為她不知道自己被賣……

朋友啊，請你們不要再哭泣了
在任何地方……
讓遠嫁的她們能安心
因為愛你們的姑娘們
　　都不想這樣……

2010 年

## 2

# 女歌星和花斑狗的故事

*CHUYỆN CÔ CA SĨ VÀ CON ĐỐM TRẮNG*

● ● ●

一位老邁的農民
一跛一跛地去拾取空酒瓶
沒人知道他從何處來
他的家庭、親友是誰……

他住在簡陋的茅屋
在緩緩流水的橋下
老天不疼惜，既啞巴又是耳聾
在他的世界裡從未有聲音

每天不知走了多少公里
肩膀上挑著烏漆麻黑的瓶瓶罐罐
有多少他賣給了小販
小販賣給中盤商，中盤商再轉賣給大盤商

**合唱團：**
**有酒矸 thang 賣無？**
有喔！有喔！……
　　歌聲從人的命運唱起
天啊！何謂命運？痛苦何處來？
而造成無數的傑作……

*
某日的下午，突然看見一隻小狗
不知從哪裡來，一直跟在老農的後面
「你也像我啊？」老農抱著小狗
手撫摸著牠頭上的斑點……
小狗感動地舔著老農的手
使老農熱淚盈眶
「我有伴了」他打從心底高興地想
然後牽著小狗一同走回去……

老農買到許多空瓶罐
也有人好心地送給他
因為他們愛小狗可愛的模樣
所以留給老農更多空瓶罐

花斑狗 前兩腳趴著
用沙啞的吠聲，一直搖著尾巴
來表達老闆對牠的恩情
而牠無法用言語表達……

合唱團：
有酒矸 thang 賣無？
有喔！有喔！……
　　　所有不幸的命運也會得到幫助
想著好人而活吧
這世間會更美好……
*
某天下午，花斑狗拉著老農
到一個茂密的草叢……在懸崖邊
天啊！有個全身爬滿螞蟻的小女孩
躺著不動如同死去一般……


老農大喊，是他人生第一次發出聲音
也只是 ㄝ ㄝ ㄝ 的聲音不知其意思
他將她抱起，而小女孩突然
眼睛睜開看他，有如看到了天使……

老農默默地感謝老天賜給了他一個小孩
他用所有的積蓄來養育她
他自己的三餐變少……但是她身邊的衣服和牛奶
仍然香甜、仍然豐富

他不能離開她，除非她睡覺時
老農偶爾才到溪邊抓點魚蝦
他煮粥、抱著、哄著這小女孩
用 ㄝ ㄝ ㄝ 悲傷沙啞的聲音……

只剩下花斑狗去拾取空瓶罐
牠到各餐館趴著討空瓶罐再叼回家
盡管如何的努力也只能一次一個
牠跑得很快像駿馬在奔跑……

小女孩白天跟花斑狗玩耍
晚上也躺在一起就像一對要好的朋友
沒人想到那個被遺棄的小女孩
長得很快……愈長大愈美麗……

小女孩帶著老農到處賣唱
唱出她在生活中所學到的曲調
然後將自己的心聲譜成樂曲
讓聽眾的眼淚奪眶而出……
她高歌關於跛腳的老農
花斑狗跟在旁邊，趴下來討錢
她歌頌緩緩流水的橋下
那裡有簡陋的小屋卻像仙境一般……

**合唱團：**
**有酒矸 thang 賣無？**
有喔！有喔！……
　　　數千雙手向上高舉…….
他們突然看到那隻花斑狗
跟老農一跛一跛地並行……

\*

某天下午，有一位年輕的作曲家
流浪在街上彈琴討錢⋯⋯
發現她有一副特別的歌喉
立即把她介紹給名為「黃金稻穀」的戲院

她成為當紅的歌星
合約從四面八方不斷湧進
她唱歌時渾然忘我
只剩下淒涼的歌聲⋯⋯

賺了多少錢⋯⋯她也記不得
她夢想自己贏過所有的明星
一直唱讓天地都為之動容
讓她的名聲響徹雲霄、家喻戶曉⋯⋯

然而某一天的晚上， 她正在舞台上表演
突然收到老農往生的噩耗
她的歌聲有如血一滴一滴地流下
使觀眾更癡迷、揪心⋯⋯更吶喊⋯⋯

但不能取消已簽的合約
她仍然繼續獻唱⋯⋯
由那位年輕的作曲家安葬老農
隨著她的歌聲⋯⋯在街道上演奏⋯⋯

合唱團：
有酒矸 thang 賣無？
有喔！有喔！……
　　　數千雙手向上高舉……
誰能了解作曲家的琴聲
跟一個永不褪色的愛情……

*

她回來時，荒廢的茅屋已倒
老農的墳墓已長滿野草
野草上是花斑狗的骨骸
隨著歲月仍守候在墳墓旁邊

她蹲下泣不成聲
眼淚一直流……流到兩眼通紅
她撒錢，撒錢到四周
錢成為碎紙亂飛……
後來她變成怎麼樣……沒人知道
但她的歌曲……在舞台上仍然響亮
聽眾又再扔錢到歌星的腳下
有喔！有喔！……
　　　有銀還有金……

年輕的作曲家仍然在街道上演奏
一直單戀她，琴聲多麼親切與淒美……

到了「黃金稻穀」的戲院他突然停步
幻想她如昔日引吭高歌……

然後他昏厥……側倒在草皮上
整個天空都迴盪著歌聲
好幾雙手再度高舉……
有喔！有喔！……
　　　有銀還有金……

**合唱團：**
**有酒矸 thang 賣無？**
有喔！有喔！……
　　　數千雙手向上舉高……
他們突然看到流浪的作曲家
及他沒有說出口的神聖愛情……

　　　　　　　　　　　　　　2016 年

*3*

# 聖戰士送姪女到國外當傭人

*CỤ CHIẾN TIẾN CHÁU GÁI ĐI GIÚP VIỆC GIA ĐÌNH*
*Ở NƯỚC NGOÀI*

● ● ●

姪女已通過培訓班
學會了拖地縫釦子
懂得如何伺候少爺
遞牙籤時知道跪下

學會廚房吃剩飯
學會哭泣沒人知……
以往亡國的教訓
怎知今日用得著

打敗敵人三十年
惡劣戰場中昂首
如今貧餓手杖抖
戰士目送姪女走……

1998 年 6 月

4

# 一個朋友的老婆
# 到台灣當女傭的留言

*LỜI MỘT NGƯỜI BẠN CÓ VỢ ĐƯỢC CHỌN ĐI LÀM ÔSIN*
*Ở ĐÀI LOAN*

● ● ●

> *烈士家庭優先*
> *先選妳當女傭*
> *煤炭業正裁員[1]*
> *何處能找工作*

> *親愛的開心地去吧*
> *若猶豫別人將代替*
> *每月工資八百美元*
> *感恩天上給此機會……*

> *我必定會戒色戒酒*
> *照顧母親教育子女*
> *幾年後請記得回來*
> *看上去妳依舊美麗……*

> *朋友說完傻笑*
> *臉龐茫然憔悴*
> *中年人的眼淚*
> *不知流向何方……*

1999 年

---

1. 1999 年，越南煤炭的總公司主張各礦區輪休和裁員（後來取消）。

5

# 這一天、那一月……

*NGÀY NÀY, THÁNG NỌ...*

● ● ●

這一天、那一月、那一年
偶然遇見她在一間啤酒店
每根手指頭都戴著金戒指
戴銀色的項鍊、披著皮衣
聽說她是個老鴇
買賣新鮮貨至邊陲……

這一天、那一月、那一年
她在旅館勾搭了一個他
他升遷得很快
既是所長又是市議員
兩個站在走廊
相吻之後就上樓……

這一天、那一月、隔一年
看到她為姊妹上課 [2]
恭喜她當上幹部了
生育兩個孩子，分別寄養兩地
一個長得像審判長
一個……長得像……海關局長……

2008 年

---

2. 專為嫁到台灣的姊妹開設的課程。

6

# 彎扁擔
*CHIẾC ĐÒN GÁNH CONG*

● ● ●

我奶奶有根彎彎的扁擔
大半輩子是苦命的挑夫
路滑、扁擔重、肩膀燒痛
每走一步，眼淚直直淌⋯⋯

奶奶的雙腳細瘦如竹竿
有次她走遠路去挑重物
滑了一跤再也無法站起
扁擔壓在衰老的胸口上⋯⋯

我母親又擔彎彎的扁擔
又去當挑夫坎坷命不好
人生壓在肩頭的扁擔上
媽媽衰老的背越來越彎

每到黃昏竹梢夕陽下山
我在村莊前盼媽媽回來

黑夜重壓在媽媽肩膀上
她還在河堤上挑著沙子

已過十幾年我依然記得
有次媽媽挑得脊椎斷了
媽媽塞給我幾粒花生米
看著我忍不著淚眼汪汪⋯⋯


今日我砍斷了那根彎扁擔
製作一輛車奔跑於田野間
媽媽笑了，淚水滑落臉頰
説合作社帶來幸福的人生⋯⋯


　　　　　　　1960 年於田池

*7*

# 村莊牌樓
## *CỔNG LÀNG*

● ● ●

頭一次我意識到祖國的地方
白雲陽光充斥遙遠的地平線
熱鬧歌聲遠路似敞開的扇子
行經竹蔭讓腳底感受到涼意

快樂隨著歲月增長的地方
糯米的香味。木杵節奏緊湊
槍聲迴盪多少驚醒的夜晚
老牛磨蹭竹門犁頭閃著光

養育了多少代愛與恨的地方
留下村莊年輕人從軍的腳印
孩子的鞋印重疊在父親的鞋印上
母親朦朧的雙眼還望著光亮遠方……

我已走過穀香芬芳的村莊牌樓
走過漫漫結婚季節的村莊牌樓
深如母親疼愛孩子的村莊牌樓
大砲傾斜 子彈也忐忑亂竄

即使越過森林或涉過深河
看見村莊牌樓仍注視著我們……

1965 年 10 月於甘蔗井

*8*

# 在急救洞裡
*CHUYỆN TRONG HANG CẤP CỨU*

• • •

婦女帶著炸彈味匆匆地衝進洞裡
沒多久她便開始有陣痛
手術台變成了接生桌子
我們忍著傷痛，沒人捨得哀叫
要讓她在平安中生下小孩

要讓她在平安中生下小孩
炸彈震動著，妳還好嗎？
誰能料到所有的艱難、風險
我聽清楚隔壁的人在呼吸
儘管傷口疼痛也不敢出聲
要讓她在平安中生下小孩

要讓她在平安中生下小孩
所有人的心思都集中在她那裡
在轟炸中出生的小孩
　　是個奇妙的小孩
　　將會怎麼樣？我們都非常緊張……

等待的時刻有如被拉緊的繩子
當聽到哇哇哭聲時崩斷
小孩的哭聲
　　穿透我們的心坎
像夏天的閃電般強烈與歡樂
太驚喜了大家都蹦起來
那位媽媽微笑著顯得很疲倦
手自找看看是男還是女……

雖然沒人知道那位媽媽是誰
但我們熱情地照顧她像親人一樣
我想搖醒身旁的人。他已經離開
牙齒咬爛雙脣，也沒有一聲哀叫

讓孩子出生
在平安的時刻……

　　　　　　　　　1972 年 7 月於鴻基

*9*

# 回憶土改期間的一位黨員

*NHỚ MỘT ĐẢNG VIÊN TRONG CẢI CÁCH RUỘNG ĐẤT*

● ● ●

剛剛被他解放的農民
已經將他拖到石灰桶旁邊
對他開槍但是瞄不準
他們手只習慣拿鋤頭罷了

第一鋤 臉上噴出鮮血
在危險的時刻他仍相信革命
他斷斷續續的吶喊
同志們……
　　啊!.....

1980 年 2 月 3 日於田池

## *10*

# 金孀婆
*BÁ KIM*

● ● ●

孀婆家隱現在甘蔗園後面
她坐在屋簷下嚼著檳榔
砂鍋煮飯，竹床為臥
孀婆對生活沒其他的要求

長子捐軀在攻佔德卡窟[3]時
次子犧牲在解放西貢[4]時
祖國記功的獎狀
　　　　不貼在薄竹牆
供桌上也沒有兩子的遺照

深處的傷痛只有她一人了解
每當夜深對著小油燈
孀婆數著每一塊烈士撫恤金
然後默默地放進一個陶甕

孀婆從不要求什麼
以前抓螃蟹，現在仍在抓螃蟹
手背上都留下無數的刮痕
抓螃蟹的竹簍常掛在竹牆上

---

3. 「德卡窟」為奠邊府的一個地名，該地名因有法軍司令官「德卡」駐紮而得名。奠邊府戰
　役於 1954 年發生，為近代促使越南獨立的一場重要戰役。
4. 西貢為胡志明市的舊名。

每逢過年，委員會常送來
「奠邊」牌香菸、「中國」茶一包
嬸婆拜拜完之後就放著
因為她哪會使用這些呢

嬸婆駝著背，髮短似女孩
到處去賣螃蟹來維生
有零錢她便買爆米花
分給一些小學生共享……

某天早晨，油燈仍亮著
陶甕在身邊……但她已往生！
她的神態很溫柔又平靜
從未與人間苦楚有任何牽連

慈悲靈魂與天地相容
嬸婆仿佛還在……卻已離開了
我合掌在永恆的綠野
依舊長青在村野田地……

1988 年

*11*

# 路邊
*BÊN ĐƯỜNG*

• • •

礦工拿著糧票到市場去 [5]
我有三萬，誰要付多少？
政府的米，連續四個月還欠
我家孩子今天又要餓肚子……

他還有一份工業飯可取
努力多挖些炭讓孩子溫飽
增產工資又記入票裡
我有三萬，有誰要買嗎？

破舊藍衣服。鮮紅印章
工人的面容很老實、純樸
像小鳥看見彎彎的樹枝也害怕
人們怕被他欺騙
　　　默默地走過去……

5. 煤炭工業試點使用糧票付工人的工資，六個月後就廢除。

礦工看著人群。心中感到酸楚
穿透心裡，他突然顫抖
他喊給我不到一萬也可以
他們微笑又愈走愈快
不知還能做些什麼
他高舉那些鮮紅印章的糧票
市場人越來越少……
　　只剩下他孤獨地佇立在那
似祖國一時期的雕像……

　　　　　　　1988 年於永溪

*12*

# 送走一位士兵的妻子

*TIẾN MỘT NGƯỜI VỢ LÍNH*

● ● ●

心臟停止九天，臉色仍然紅潤
她活著還是已經離開了？
征婦啊！陰府的道路彎曲又陰暗
請扶著楊柳枝回去天國吧！[6]

征夫不回來，他沒有錯
妻子最後的身影
　　　在閃光的轟炸中掙扎地出現
時間為他蓋上花草顏色的毯子
他在滿天星斗下的小路旁沉睡

征婦啊！ 世間
　　　很多怨恨與冤孽
安心回去吧，親戚都到齊了！

她永遠不相信丈夫已犧牲
儘管他的戰友沒半個回來
在渺茫、絕望中的等待
漫長的夜晚幾回在夢中忐忑……

---

6. 法師與親人的祈禱文讓臨終者輕鬆地「離開」。

突然有個很像他的人影
　　在店門口出現
她詫異歡呼一聲，又跌落深谷
客人進來買包火柴
　　又馬上出去，客人有何罪

**征婦啊！**
**　　請扶著楊柳**
**　　　　回去人間吧⋯⋯**

心臟停止九天，臉色仍然紅潤
她好像在朦朧的霜霧裡看見他
模糊的淚水停在未闔上的雙眸
快樂與痛苦不單是一個人承受

棺材漆成紫色黃昏
淋漓星星從九重滑下來的蠟燭
在她的面前，戰爭已謝幕
於英勇與驕傲之下⋯⋯

欺騙她而走，他何罪之有
再怎麼綠意盎然的草地也無法遮蓋人們內心
的疼痛

征婦啊！楊柳枯萎
　　迷了回頭的路
就安心去吧！
　　別讓他等待
鬼神啊！在如黑暗的夜晚
　　別讓她再一次失去丈夫

　　　　　　　　1992 年 5 月 7 日於西貢

13

# 不打算寫的一首詩

*BÀI THƠ KHÔNG ĐỊNH VIẾT*

● ● ●

不是我兒子。不是我孫子
我也從來不認識他
請看！他還是一個孩子
這樣踢他夠了！這樣打他也夠了！

他有何罪？伯伯啊、姊姊啊
是小偷嗎？不過是個夾肉麵包
讓我替他付錢。這樣夠不夠？
放他走吧，毆打他太多了……

他臉腫脹像一個田螺殼
牙齒鬆動。嘴角流鮮血
也許他沒父，也沒母
常到工地去討些水泥袋……

掙一口東西吃被如此對待
只是對一個小孩，你們何必惡毒？
沒人脫得了關係，當一個小孩子
到今天仍然吃不起一條麵包……

1994 年 6 月 1 日

*14*

# 有一次妳來過

*MỘT LẦN EM GHÉ QUA ĐÂY*

● ● ●

有一次妳來過這裡
掉了一根眉毛在地上……

從此……狗吠了親人
遠鳥忘鳴，近魚忘游
我老婆煮焦了稀飯
而我終日坐立發呆……

當時的那根眉毛，現在
變成突然開花的野草……

花兒啊，我跟別人不同
怎敢欺騙老婆來愛妳……

2003 年

## 15

# 妳是否回下龍灣

*EM CÓ VỀ HẠ LONG...*

• • •

妳是否願意跟我回下龍灣，見證石頭也相愛
　　當海面中央浮現了夫妻石
草木倒進彼此的懷裡，在月光下纏綿
一分鐘已過去，就不能再找回
山緊抱著雲，風也無法拆散⋯⋯

我留給妳秋天的憂愁，
　　當寒霜落在白檀葉上
妳已遇見我，即使我已飄散於藍天
如下龍灣，陽光似海有陽光之美
　　雨點似山有自己的魅力
妳比過去美麗、也比過去年輕⋯⋯

我仍在妳身邊。妳怎能知道
就是妳雙脣似乎濕潤的時刻
溫柔地，感覺到手掌的溫暖
當無風時妳的衣裳仍在飄動⋯⋯

2012 年 01 月 15 日於河內 K 醫院

*16*

# 自述

*TỰ THUẬT*

● ● ●

我站在各地
　　我走過各處
我躺下的地方
只能是下龍灣土地⋯⋯

自從我十八歲那年這塊土地養育我
汗水含著工人階級的鹹味
縱橫在心中濃濃鹽味的海風
表面看似平靜而從未平靜

我茫然望著在寧靜中的鳥兒
孤單地飛不知飛向何方
皎潔的月光下我曾經哭泣
至今仍不懂為什麼⋯⋯

我曾經戀愛和勤勞地工作
因我知道人生本不測且短暫
我總是覺得自己有罪
向母親遞碗要吃的時候


為能寫出對人民忠實的詩句
我已經走過四十年的風雨
整個社會在消除邪惡
而邪惡仍在人生中傲慢地存在

我站在各地
　　我走過各處 ......

2000 年 8 月

*17*

# 戰火人生

## *ĐI NGANG THẾ GIAN*

● ● ●

白天裡有黑夜的影子
　　黑夜裡有日光的身影
欣然的氣象經過花草在運行
經過多少尋找之後
　　我宣佈
我不是我自己。我什麼也不是……

現在的雲朵，千年前已經飛走
所有的爭奪最後成為虛無
那閃亮的月光
　　已遮蓋過所有的星星
這青翠地球的存在
　　完全是偶然而已……

　　如偶然有我這人生
連我的詩歌也是偶然

像蛇鱗一樣的閃爍
金字塔站著不動仍名聲遠播
善於砍樹的人總不需要斧頭......


全部變化得很快
　　儘管時間依舊從白天到晚上
我不改變
　　愈新穎愈老舊
走過戰火人生
　　滿臉傷痕
我僅夾帶著一個金庫
　　裡面全是月亮的光輝……

2003 年

*18*

# 無人願意聽......

## *CHẲNG AI LẮNG NGHE...*

● ● ●

無人願意聽，雖然他們都知道
人民的聲音正是老天的聲音
當權力進家門
　　那真理就得在門外……
一輩子只告訴自己

要盡量不做壞事
馬路上見釘子撿起來
　　或不亂折斷樹苗
偉大的日子是不說謊的日子
以及不抓正在孵蛋的鳥媽媽

2003 年

*19*

# 最難是知道……

*KHÓ THAY LÀ BIẾT...*

● ● ●

最難是知道適可而止
年輕人不好勝，老年人不貪婪
好友結識於貧窮時
能力愈短，嘴巴則愈長……

寧靜中的樹，仍會開花
蒼天不言語，仍是蒼天……

2004 年

*20*

# 若魚兒看到⋯⋯

*CÁ MÀ TRÔNG THẤY...*

● ● ●

魚兒若看到魚鉤
無論有多餓也不敢來吃⋯⋯
諷刺來自於蒼天
做出陷阱來誘惑貪婪的人⋯⋯

2006 年

*21*

# 世上的唯一……

*DUY NHẤT TRÊN ĐỜI ...*

● ● ●

世上的唯一
只有一個永遠不改變的
那是死亡
死亡在那裡等
　　　　美麗的微笑……
遠在山中的窮人
　　　或在首都的總統先生
最後的目的地都是一樣……

在死亡面前，每個人都很漂亮都很好
而美好到哪種程度就在於個人


2007 年

*22*

# 「媽媽，我很餓！」
*"MẸ ƠI, CON ĐÓI!"*

● ● ●

「媽媽，我很餓！」
孩子只這麼一説 卻令人為之動容
最深刻的地方正是最簡單的地方
花枝招展有何用，孔雀的尾巴呀？⋯⋯

2007 年

*23*

# 你站立時……

*KHI ANH ĐỨNG...*

● ● ●

你站立時　背對著太陽
你自身的影子將會在你前方拉長……
請謹慎如在走鋼索
因為你不知道何時會墜落……

2008 年

*24*
# 自古以來……
*TỪ XỬA TỪ XƯA ...*

● ● ●

1.
自古以來在人間
老天製造刀子
老天又製造砧板
你是什麼人？
你自己要説出
不是在人生的第一刻
而是在最後一分鐘……


2.
所有的特權都侵犯到人民
而不公平像足球在滾動
從這個人的腳滾到另一人的腳
安靜是黃金嗎？
安靜是罪惡……

2008 年

*25*

# 自然

*TỰ NHIÊN*

● ● ●

無論任何信仰
也建立於愚昧之上
損傷於人類的精神
莫過於各位哲學家……

演講人從來不相信
自己説教過的道理
所有理論已聞到霉味
在它剛剛出生的時候……

新的一天又開始
跨過已死的理論……

2005 年

26

# 星群

*NHỮNG NGÔI SAO*

● ● ●

夜晚的星群
在天空上
沒有任何意義
名字由我們給予

千年來占星家們
強冠各星群至人類的命運
正在卑微活在地球上
儘管如此我們卻相信那是真理……
為了明天，為了夢想而奮鬥……

我們天真相信這些不切實際
好像沒有了那些信念
我們無法存在至今……

2007 年

*27*
# 思考
*SUY NGẪM*

● ● ●

人人都有自己的不幸
只不過我們不知道而已
說到底，那就是
　　上帝的仁慈
讓大家找出疼愛彼此的理由

將憂愁與忌妒忘掉吧！
讓平安敲每一個家的門
多一個朋友
　　不一定會多了什麼
但是多一個敵人就多了很多
從四方八方無形的子彈
　　將會去找你……

將仇恨與對抗忘掉吧！
讓平安在每個人的心中找到故鄉……

2010 年 9 月 16 日於香港

*28*

# 還有多少時間……

*CÒN BAO NHIÊU THỜI GIAN...*

● ● ●

還有多少時間讓那些雲朵
　　飛回天的盡頭
讓這條河在滔滔海浪間，
　　找到離散千年的朋友
還有多少時間讓我的詩句
　　可以跳舞和歡唱
在神聖的汗水裡，讚頌勞動人民

還有多少時間讓我去愛
　　在戰爭、飢餓中養育我成長的祖國
而我已明白，在這個世間上
　　沒有任何事物比真理更高
還有多少時間讓我思念妳
　　當妳冷漠地坐在我面前
月光流瀉在妳的頭髮上
　　讓我可以痛快地飲盡？……

還有多少時間讓我的身軀化成土
和我的靈魂飛起，隨風飄揚
還有多少時間讓一塊千年
　　頑固又黑暗的石頭

突然長出樹苗
　　當聽到
　　一滴春雨
　　　　2012 年 01 月 13 日於河內 K 醫院

## 29 站在清化省胡朝城，想念抑齋阮廌的詩句「覆舟始信民猶水」

*ĐÚNG TRÊN THÀNH NHÀ HỒ Ở THANH HOÁ, NHỚ CÂU THƠ "PHÚC CHU THUỶ TÍN DÂN DO THUỶ" CỦA ỨC TRAI NGUYỄN TRÃI*

• • •

當王朝不再合民心
則石城也只是泥土
寶座倒塌在沒有風雨的季節
京城充斥著無數侵略者的臉孔

人民是誰？……
　　　我突然冷顫
宮殿地面到處都是牛糞
擒胡山[7] 蘆葦亂飛
天命嗎？怎能知道……

手指頭一簍一簍倒入河裡[8]
無法抵擋胡朝失守[9]
**覆舟始信民猶水**
抑齋身影動四方狂風起……

　　　　　　　1998 年 10 月 29 日於永祿

---

7. 胡季犛父子被擒的地方。越南封建史家認為這是「天命」。胡季犛為越南歷史中胡朝的開創者
8. 為興建石城，老百姓的手指頭被石頭壓斷，裝在籮筐裡一桶一桶地倒入河裡。
9. 胡朝滅亡失守於 1407 年。

30

# 淨江邊

## *BÊN SÔNG GIANH*

• • •

淨江將祖國分成鄭 、阮兩邊[10]
草木未消減怨恨
南北兩百年紛爭
人骨堆成煮飯的木柴

我站在江邊，兩手垂放
太陽跟波浪一樣高，海口很近
突然想到古詩句，流淚
「悠悠彼蒼兮誰造因」[11]

江呀，波浪停拍打，聽我說
兩邊鄉村已經連接
「人民的血並不是水」
請不動干戈讓百姓平安……

2010 年

---

10. 南北紛爭時期約 1600 年至 1777 年。
11. 越南作家鄧陳琨當時《征婦吟》的作品中寫到 "悠悠彼蒼兮誰造因"

31

# 大叻市

*ĐÀ LẠT*

● ● ●

我聆聽年老茫茫的歲月
有多深刻、刺痛的憂愁的萬古
在佈滿苔蘚的古塔邊，繚繞了古鐘聲
雲半夢半醒，白了整排松樹

妳尋找何人，紫衣紫得心亂如麻
我嘴唇碰觸冷淡的陽光
荒唐的愛情充滿了故事的味道
模糊環繞在野牡丹的苦味中

憂愁的雨滴一直下在皇帝的寢宮
皇后衣裳輕搭到永遠
春香湖 [12] 的煙波迷濛而安靜
跟我靈魂契合比紅土還深遠

我們張手張到浪平山 (Lang Biang) 山頂
美麗呀，妳為何一直不出聲
我行走
　　　在寂寞的山嶺
我靈魂飛躍像天空上的絲線……

1992 年 5 月 5 日下午

_____

12. 春香湖為越南大叻市的美麗風景之一。

*32*

# 西北

***TÂY BẮC***

● ● ●

鳥鳴落入沱江 [13] 山的倒影
石頭喊叫。空中瀑布流瀉而下
彎曲的坡路橫披著銀雲
大丈夫的靈魂染紅了森林樹葉


蒙葛昔日，陽光照人臉
西莊 [14] 今朝，捲起了狂風
蘆葦花隨風滿天飛
三分天陶醉在萊州風景


滾滾雲朵從身邊的山澗誕生
突然乳汁般倒入瀑布的肩膀
寧靜的早晨，葉子如火焰
斜割開懸崖豎起千尺高

---

13. 為越南西北部的一條河流，是紅河右岸最大的支流。
14. 為越南西北部的地名。

大自然瘋狂地舞出龍蛇般的舞蹈
想與蒼天比高，山峰一直往上疊
低頭雲飛舞。抬頭雪花飄
再一步，就登天了

天何用！嗚呼！天多麼寒冷
峰何用！嗚呼！
重重的圍困
詩歌拋在半空，江山已聾
我將惆悵放在無窮的空中……

1994 年 2 月 27 日下午於番西邦峰

*33*

# 河江

*HÀ GIANG*

● ● ●

滂沱而寧靜
血紅的臉在星光中漂流
瀘江穿越黑夜似一個殺人犯

蘆葦花寧靜地將靈魂寄託給白雲……

森林大樹染上層層秋色
西崑嶺高聳入雲
山似在嘶鳴的馬群
在空中
奔騰

同文的嫩草香氣隨風芬芳……

我問了盧江：你為何長流？
我問西崑嶺：
　　　這麼高你會寂寞嗎？
突然看見蘆葦花
我注視著
無力

啊哈！天青、水青、山青、自己青！……

一個人走到花落的季末
我厭倦一切世事百態
將酒灑到白雲上……

　　　　　　　　　　1994 年 8 月於鄧安

34

# 高平

**CAO BẰNG**

● ● ●

在朦朧的霧靄裡
山似戀愛中的女人
而平江像一封情書
被別人偷拆

石頭砌成牆和許多梯田
冬末樹叢如餘火點綴
深心[15]的影子經過馬伏的山坡[16]
遙遠的夜路聽馬蹄送別行[17]

我遊走過高平的山水
像古時候從軍的軍人
喝了一杯烈酒
竹林天空上懸掛著月亮……

1998 年 12 月 6 日於高平

---

15. 深心 (Thâm Tâm) (1917–1950) 是越南的詩人、編劇家。
16. 深心往生之處。
17. 〈送別行〉(Tống biệt hành) 為深心有名的詩作。

## 35

# 鬥雞石 [18]

*HÒN GÀ CHỌI ...*

● ● ●

鬥雞石！正是兩隻鬥雞
若船左轉另外一邊
鬥雞石變成如鯉魚悠游的模樣

全部都改變
哪怕牢固堅硬似石頭
換個角度看，這樣就好 ......

2004 年

---

18. 鬥雞石是下龍灣一個有名的美景。

36

# 芒街市

*MÓNG CÁI*

● ● ●

巍峨的城牆
迷惘牽牛花的攀爬
城市變荒蕪的丘陵
雜亂的白蘆葦

舞池去哪了？
閃爍了笙歌徹夜
樹蔭下的黑影
是船上黃色的燈火

江水流無聲
淹沒了天上的星星
悚然的燕尾屋頂
戰壕旁的傾斜

我怎能知道
何事已發生
古今的惆悵
侵蝕我靈魂……

軍人去挑柴
身影沒入高聳的蘆葦中
世態多麼茫茫
哪知該喜還是憂……

1984 年 2 月 17 日 晚上於海寧

**37**

# 河仙

*HÀ TIÊN*

● ● ●

我從沙尾 [19] 來
風停在越門，雨下在塔占 [20]
北部風景，南部景色
成為酒味，成為妳的香唇
欣賞父子石 [21] 的月亮升起
雲飛過石洞 [22]，星昇在東湖 [23]
奈角此處掉落了許多胡桐 [24]
從心深處知道秋天已經到
我坐在千層樹的樹蔭
江山如同手裡的扇子

妳步入今晚的舞會
以歡唱來彌補隔離的日子……

1999 年 11 月 3 日於奈角

---

19. 在越南（細長）S 字型的海岸線中，「沙尾」為第一地點，而「奈角」則為最後的地點。
  奈角位於南部堅江省河仙市。
20. 「塔占」為占婆佛塔。
21. 「父子石」越南南部堅江省海邊的一個岩石風景。
22. 「石洞」為越南的地名。
23. 「東湖」為越南的地名。
24. 「胡桐」為樹名，常見於奈角。

Taiwanese

**Chiúⁿ Ûi-bûn ėk**

## 1
# IÚ--Ê AH! (ANH BẠN ƠI)

• • •

Iú--ê ah, lí m̄-thang koh háu
Tī thiⁿ-chhiⁿ pôe-phōaⁿ hā...
Lín sim-ài ê a-ná-tah í-keng lî-khui
I beh kè khì hn̄g-hn̄g ê Tâi-oân
In-ūi i koh ū lāu-bú ài hōng-thāi...


Iú--ê ah, chhiáⁿ lí m̄-thang koh háu
Tī chhêng-á-chhiū siok-bo̍k ê chhiū-ńg lìn...
Lín sim-ài ê a-ná-tah í-keng lî-khui
I beh khì Hân-kok chia̍h thâu-lō͘
Tī hia kè hō͘ thâu-ke
Thâu-ke hòe-sò͘ pí in lāu-pē khah chē...
In-ūi i su-iàu chîⁿ kā in lāu-bú tàu khí chhù...

Iú--ê ah, chhiáⁿ lí m̄-thang koh háu
Tī hái-éng khí pho-lōng ê hái-kîⁿ
Lín sim-ài ê a-ná-tah í-keng lî-khui
I hông bē khì khoah-bóng-bóng ê Tiong-kok
Bô lâng chai-iáⁿ i án-chóaⁿ kòe-oa̍h…
In-ūi i ka-tī mā m̄-chai hông bē--khì à…


Iú--ê ah, chhiáⁿ lí m̄-thang koh háu
Tī ta̍k só͘-chāi…
Hō͘ kè khì hn̄g-hn̄g ê in ē-tàng an-sim
In-ūi ài lín ê a-ná-tah
    Mā bô siūⁿ beh án-ne…

*2010 nî*

*2*

# Ū CHIÚ-KAN THANG BĒ BÔ?

## (CHUYỆN CÔ CA SĨ VÀ CON ĐỐM TRẮNG)

• • •

Chit-ê chò-sit ê lāu-hòe-á
Pái leh pái leh teh khioh chiú-kan
Bô lâng chai i tùi tó-ūi lâi
In ū siáⁿ chhin-chiâⁿ pêng-iú…

I tòa tī chháu-liâu-á
Ū khe-chúi ê kiô-kha
Thiⁿ-kong bô sioh--i, hō˙ i é-káu koh chhàu-hīⁿ
I ê sè-kài m̄-bat ū siaⁿ

Ta̍k-kang m̄-chai kiâⁿ gōa-chē lō˙
Keng-kah-thâu ê kan-á koàn-á
M̄-chai bē gōa-chē hō˙ hoàn-á à
Hoàn-á bē hō˙ tiong-pôaⁿ, tiong-pôaⁿ koh kau hō˙
tōa-bē

**Ha̍p-chhiùⁿ-thoân:**
**Ū chiú-kan thang bē bô?**
Ū ȯh! Ū ȯh!
    *Koa-siaⁿ ùi lâng ê ūn-miā chhiùⁿ khí*
*Thiⁿ ah! Siáⁿ-mih sī ūn-miā? Thòng-khó˙ tùi tó-ūi lâi?*
*Chō-sêng bû-sò˙ ê kiat-chok…*

*

Hit kang e-pó, hiông-hiông khoàiⁿ chi̍t chiah káu-á
M̄-chai tùi tó-ūi lâi, it-ti̍t tîⁿ-tòe lāu-hòe-á
"Lí kám mā chhiūⁿ góa?" lāu-hòe-á mo͘h hit chiah káu
Iōng chhiú un-un-á so i ê hoe-chháu...

Kau-á kám-tōng kah chīⁿ lāu-hòe-á ê chhiú
I ba̍k-sái liàn lo̍h-lâi
"Góa ū phōaⁿ ah" lāu-hòe-á án-ne siūⁿ
Hām káu chò-hóe tńg-khì...

Lāu-hòe-á khioh bē-chió pháiⁿ-tâng-kū-siah
Chin chē lâng hó-sim sàng i
Pn̄g hit chiah kó͘-chui káu ê hok-khì
Só͘-pái i khioh khah chē

Hit chiah lōa-phôe-káu, chêng kha phak-phak
Iōng sau-siaⁿ ê kiò-siaⁿ, bóe-á it-ti̍t hàiⁿ
Lâi piáu-ta̍t tùi thâu-ke ê un-chêng
In-ūi i bē-hiáu kóng lâng-ōe...

**Ha̍p-chhiùⁿ-thoân:**
**Ū chiú-kan thang bē bô?**
Ū o͘h! Ū o͘h!

*Só͘-ū ê put-hēng lóng ē tú tio̍h pang-chān*
*Siūⁿ tio̍h hia ê siān-liông-lâng*
*Chit-ê sè-kan ē ke chin súi...*

\*

Hit kang e-po͘, lōa-phôe-káu khiú lāu-hòe-á
Kàu chit-ê chháu-pû...tī soaⁿ-khàm piⁿ
An-niâ-ôe! Ū chit ê cha-bó͘ gín-á kui-sin-khu káu-hiā
Ká-ná sí--khì ê khoán bē-tín-bē-tāng...

Lāu-hòe-á tōa-siaⁿ hoah, i jîn-seng thâu chit pái
hoat-siaⁿ
Sui-bóng kan-taⁿ e e e ê siaⁿ, m̄-chai teh kóng siáⁿ
Lāu-hòe-á kā phō khí, cha-bó͘ gín-á hiông-hiông
Thián-khui ba̍k-chiu, chin-chhiūⁿ tú tio̍h kùi-jîn...

Lāu-hòe-á kám-siā thiⁿ-kong peh-á sù i chit ê gín-á
I iōng só͘-ū ê sai-khia iúⁿ-chhī i
Lāu-hòe-á ê saⁿ-tǹg piàn chió...m̄-koh cha-bó͘ gín-á ê
saⁿ hām gû-ni
Kâng-khoán hiah phang hiah tiⁿ

Lāu-hòe-á bô hoat-tō͘ lî-khui-kha, tû-hui gín-á khùn
Sam-put-gō͘-sî i khì khe-á lia̍h hî hê
I chú moâi mā kā gín-á phō leh
Iōng e e e ê siaⁿ phiàn gín-á khùn...

Kan-taⁿ chhun lōa-phôe-káu khì khioh kan-á
I khì chhan-thiaⁿ khioh
Chi̍t pái kā chi̍t ê
Cháu lâi cháu khì ká-ná bé sio-jiok…

Jit-sî cha-bó͘ gín-á hām káu-á sńg
Àm-sî mā chhiūⁿ hó pêng-iú khùn tàu-tīn
Hit ê hông pàng-sat ê cha-bó͘ gín-á
Chin kín tō tōa-hàn…lú tōa lú súi…

Cha-bó͘ gín-á hām lāu-hòe-á sì-kè khì cháu-chhiùⁿ
Chhiùⁿ chhut i ê jîn-seng
Kā sim-chiâⁿ phó͘ chò khek
Hō͘ thiaⁿ-chiòng ba̍k-sái lâu bē-lī…

I chhiùⁿ pái-kha lāu-hòe-á ê kò͘-sū
Lōa-phôe-kàu tòe tī piⁿ-á khioh chîⁿ
I chhiùⁿ ū khe-chúi lâu ê kiô-kha
Hia ê chháu-liâu-á ká-ná sian-kéng

**Ha̍p-chhiùⁿ-thoân:**
**Ū chiú-kan thang bē bô?**
Ū ͘oh! Ū ͘oh!
_Kúi lóh chheng ki chhiú gia̍h koân-koân_
_In hiông-hiông khoàiⁿ hit chiah káu_
_Hām lāu-hòe-á pái leh pái leh teh kiâⁿ…_

\*

Hit kang e-po͘, ū chit ê siàu-liân ê chok-khek-ka
Bat tī ke-á-lō͘ chò cháu-chhiùn gē-jîn...
I hoat-hiān cha-bó͘ gín-á ê hó koa-âu
Sûi kā i siāu-kài hō͘ " N̂g-kim Tiū-sūi" ê hì-īn

Cha-bó͘ gín-á sûi piàn âng koa-chhin
Sì-kè beh hām i chhiam-iok
I chhiùn kah bē-kì-tit ka-tī ê chûn-chāi
Chhun chhe-liâng ê koa-sian

I thàn gōa-chē chîn...sǹg bē lī
I bāng-sióng ka-tī iân kòe só͘-ū ê koa-chhin
It-tit chhiùn, chhiùn kah thian tē kám-tōng
I ê miâ-sian lú lâi lú tháu, lâng-lâng to bat...

Hit chit kang àm-mî, i tng teh chhiùn Gē-kài Jîn-seng
Hiông-hiông chiap tio̍h lāu-hòe-á kòe-sin ê siau-sit
I ê koa-sian ná hoeh bùn chhut-lâi
Koan-chiòng thian kah lú chhi-bê...lú hán-hoah...

Ha̍p-iok bē-sái chhú-siau
I kan-tan ē-sái kè-sio̍k chhiùn...
Siàu-liân ê chok-khek-ka thè i an-chòng lāu-hòe-á
I tòe cha-bó͘ gín-á ê koa-sian...tī ke-á-lō͘ ián-chàu...

**Hảp-chhiùⁿ-thoân:**
**Ū chiú-kan thang bē bô?**
Ū ờh! Ū ờh!

*Kúi lóh chheng ki chhiú giảh koân-koân*
*Siáng ē-tàng liáu-kái chok-khek-ka ê khîm-siaⁿ*
*Hām bô thè-sek ê ài-chêng...*

\*

Cha-bố gín-á tńg-lâi ê sî, pha-hng ê chháu-liâu-á
í-keng pang
Lāu-hòe-á ê bōng piàn chháu-á-poˑ
Chháu-á-poˑ téng-bīn sī lōa-phôe-káu ê kut-thâu
Cha-bố gín-á chiú tī bōng-khòng

I ku ti hia háu kah bô siaⁿ
Bảk-sái lâu bảk-sái tih
I iā-chîⁿ, kā chîⁿ iā chiūⁿ thiⁿ-téng
Piàn-chó chhùi-kôˑ-kôˑ ê chóa oˑ-pẻh poe...

Āu-lâi cha-bố gín-á piàn siáⁿ khoán...bô lâng chai
M̄-koh i ê koa...tī bú-tâi iáu chin chhèng
Thiaⁿ-chiòng kâng-khoán tàn chîⁿ tàn bē thêng
Ū ờh! Ū ờh!...
    Kim pau gîn ờh...

Siàu-liân ê chok-khek-ka kâng-khoán tī ke-á-lō͘
ián-chàu
I it-tit àm-loân hit ê cha-bó͘ gín-á, khîm-siaⁿ hiah
chhin-chhiat hām chhe-liâng...
I kha-pō͘ thêng tī N̂g-kim Tiū-sūi hì-īⁿ


Ká-ná khòaⁿ tióh cha-bó͘ gín-á teh chhiùⁿ Gē-kài
Jîn-seng
Hiông-hiông siàu-liân-lâng hūn--tó...tī chháu-á-po͘
Kui-ê thiⁿ-téng lóng sī koa-siaⁿ
Kúi loh ki chhiú giáh koân-koân...
*Ū o͘h! Ū o͘h!...*
    Kim pau gîn o͘h…

**Háp-chhiùⁿ-thoân:**
**Ū chiú-kan thang bē bô?**
Ū o͘h! Ū o͘h!
   *Kúi lóh chheng ki chhiú giáh koân-koân*
*In hiông-hiông khoàiⁿ tióh liû-lōng ê chok-khek-ka*
*Hām i kóng bē chhut chhùi ê sîn-sèng ài-chêng...*

*2016 nî*

*3*

# SÈNG-CHIÀN-SŪ
# SÀNG CHA-BÓ SUN-Á
# KHÌ GŌA-KOK CHÒ CHA-BÓ-KÁN

## (CỤ CHIẾN TIỄN CHÁU GÁI
## ĐI GIÚP VIỆC GIA ĐÌNH Ở NƯỚC NGOÀI)

• • •

Cha-bó sun-á í-keng thong-kòe pôe-hùn
Ē-hiáu jiû thô-kha hām thīⁿ liú-á
Ōh ē-hiáu hōng-thāi siàu-iâ
Thẻh khí-thok ê-sî ài chai kūi leh

Ōh ē-hiáu tī chàu-kha chiảh chhìn-pn̄g
Ōh ē-hiáu háu bô lâng chai...
Khah chá bông kok ê kàu-hùn
Chit-má soah ēng ē tiỏh

Phah pāi tẻk-jîn 30 nî
Tī khong-sip ê sî khiā thēng-thēng
Jû-kim sàn-chhiah iau kah giảh koái-á mā ē chhoah
Sèng-chiàn-sū soah tiỏh lō-piⁿ sàng cha-bó sun-á...

*1998 nî 6 goẻh*

**4**

## CHI̍T-Ê PÊNG-IÚ Ê BÓ˙ KHÌ TÂI-OÂN CHÒ CHA-BÓ˙-KÁN Ê LÂU-ŌE
### (LỜI MỘT NGƯỜI BẠN CÓ VỢ ĐƯỢC CHỌN ĐI LÀM ÔSIN Ở ĐÀI LOAN)

• • •

*Lia̍t-sū ka-têng iu-sian*
*Seng kéng lí chò cha-bó˙-kán*
*Thô˙-thòaⁿ-gia̍p tng teh chhâi-goân[1]*
*Tó-ūi ū thâu-lō˙ tó-ūi khì*

*A-ná-tah chò lí khì*
*Koh tiû-tû tō bô ah*
*Ta̍k kó˙ goe̍h kang-chu 800 Bí-kim*
*Kám-un thiⁿ-kong-peh-á hō˙ lán chit-ê ki-hōe...*

*Góa ē kái chiú kái sek*
*Chiàu-kò˙ lāu-bú kàu-io̍k kiáⁿ-jî*
*Lí tio̍h ē-kì-tit sêng-kong tò-tńg-lâi*
*Lí iáu sī hiah nih súi...*

Pêng-iú kóng soah soah hàiⁿ-thâu
Ba̍k-kho˙ âng-âng lâng bâng-bâng
Tiong-liân cha-po˙-lâng ê ba̍k-sái
Póe bē lī...

*1999 nî*

---

[1] Kong-goân 1999 nî Oa̍t-lâm thô˙-thòaⁿ chóng-kong-si goân-té àn-sǹg beh tōa chhâi-goân hām lûn-khu hioh bô sin ká.

*5*

# CHIT KANG, HIT KÓ͘ GOẺH...
## (NGÀY NÀY, THÁNG NỌ...)

• • •

Chit kang, hit kó͘ goẻh, hit nî
Hiông-hiông tī chiú-tiàm tú tiỏh i
Tảk ki chéng-thâu-á lóng kòa kim chhiú-chí
Gîn-sek ê phōa-liān hām phôe-saⁿ
Thiaⁿ kóng i sī lāu-chhang--ê
Bé-bē chhiⁿ-hòe sàng kàu chng-kha...

Chit kang, hit kó͘ goẻh, hit nî
I tī *hotel* kau tiỏh chit-ê thûi-á
Thûi-á chiok gâu seng koaⁿ
Chit-ē-á só͘-tiúⁿ chit-ē-á chhī-gī-oân
Nn̄g ê lám tī cháu-lông
Sio-chim liáu tō sio-chio khì lâu-téng...

Chit kang, hit kó͘ goẻh, keh tńg nî
Khoàiⁿ tiỏh i ūi chí-moāi-á siōng-khò[2]
Kiong-hí i chò kàn-pō͘ à
Koh seⁿ 2 ê gín-á, hun 2 giah kià chhī
Chit-ê sêng sím-phòaⁿ-tiúⁿ
Chit-ê...sêng...hái-koan kiỏk-tiúⁿ...

*2008 nî*

---

[2]  Choan-mn̂g ūi beh kè khì Tâi-oân ê chí-moāi-á khui ê khò-têng.

*6*

# CHIT-KI PÍⁿ-TAⁿ
## (CHIẾC ĐÒN GÁNH CONG)

• • •

Goán a-má ū chit ki oan-khiau ê píⁿ-taⁿ
I kui-sì-lâng taⁿ hit ki píⁿ-taⁿ
Bô-lūn lō͘ gōa kút, tàⁿ gōa tāng, keng-kah gōa thiàⁿ
Kiâⁿ chit pō͘, bak-sái tō tih iân lō͘…

A-má ê siang-kha ná tek-ko
Ū chit pái i khì hng-lō͘ taⁿ tāng tàⁿ
Kút chit tó soah peh bē khì-lâi
Tāng tàⁿ teh tī i ê heng-khám chêng…

Goán lāu-bó kâng-khoán taⁿ hit ki píⁿ-taⁿ
Thè lâng taⁿ tàⁿ teh tāng
Keng-kah thâu ê píⁿ-taⁿ ū gōa khiau
Lāu-bó ê kha-chiah tō ū gōa khiau

Tak-pái hông-hun tek-phō jit-thâu loh-soaⁿ
Góa tī chng-thâu tán a-bú tńg-lâi
O͘-iā teh tī a-bú ê keng-kah thâu
I iáu tī khe-po͘ taⁿ soa-chioh

Kòe liáu 10 gōa nî góa iáu ē-kì-tit
Ū chit pái a-bú teh chit-ē io-chiah-kut tīg-khì
A-bú thẻh chit me thô͘-tāu hō͘ góa
Ná khòaⁿ ná liàn bảk-sái...

Kin-á-jit góa kā hit ki píⁿ-taⁿ at hō͘ tīg
Ōaⁿ chò chit tâi chhia tī chhân-hōaⁿ-á lō͘ cháu
A-bú chhiò chhiò, bảk-sái kâm bảk-kîⁿ
Kóng hảp-chok-siā tòa lâi hēng-hok ê jîn-seng...

*1960 nî tī Tî-tiân*

*7*

# CHNG-THÂU PÂI-LÂU (CỔNG LÀNG)

• • •

Thâu-chit-pái góa ì-sek tiȯh chó͘-kok ê só͘-chāi
Hn̄g-hn̄g ê tē-pêng-sòaⁿ lóng sī pȩh-hûn hām jit-kng
Lāu-jiȧt ê koa-siaⁿ ká-ná thián-khui ê khoe-sìⁿ
Tek-phō-ńg hō͘ kha-pô kám-kak liâng-ì

Hí-lȯk ē tòe nî-hòe cheng-ka ê só͘-chāi
Chȧut-bí ê phang-khùi, cheng-khū ê cheng-siaⁿ
Àm-sî hiông-hiông kiaⁿ chhéⁿ ê chhèng-siaⁿ
Lāu gû bôa tek-á-mn̂g, gû-lê tī goȩh-kng hā siám-siám-sih

Chia ū gōa-chē tāi ê ài hām hūn
Chng-thâu siàu-liân-lâng chhiong-hong chò-peng ê kha-ìn
Gín-á ê kha-ìn tȧh tī lāu-pē ê kha-ìn bīn-téng
Lāu-bú sa-bui sa-bui ǹg-bāng kong-bêng ê bī-lâi

Góa kiâⁿ kòe ngó͘ kok phang-bī ê chng-thâu pâi-lâu
Kiâⁿ kòe kiat-hun kùi-chiat ê chng-thâu pâi-lâu
Ká-ná lāu-bú thiàⁿ kiáⁿ ê chng-thâu pâi-lâu
Chhiâ chhiâ ê tōa-phàu hām o͘-pȩh poe ê chhèng-chí

Tiȯh sǹg nn̂g kòe chhiū-nâ liâu kòe khe
Góa khòaⁿ tiȯh chng-thâu pâi-lâu iáu teh kim-kim siòng…

*1965 nî 10 goȩh tī Kam-chià-chéⁿ*

*8*

# TĪ KIP-KIÙ Ê PŌNG-KHANG LĀI

## (CHUYỆN TRONG HANG CẤP CỨU)

• • •

Chit-ê sin-khu ū hóe-ioh bī ê cha-bó͘ hiông-hiông
cháu jip pōng-khang
Bô gōa kú i khai-sí ū chhui-chūn
Chhiú-sut-tâi piàn chiap-seⁿ-tâi
Lán kā thiàⁿ-thàng thun lòe, bô-lâng kam ai-kiò
Thang hō͘ i pêng-an kā gín-á seⁿ--loh-lâi

Beh hō͘ i pêng-an kā gín-á seⁿ--loh-lâi
Chà-tôaⁿ hiông-hiông piāng--khui, lí ū án-nóa bô?
Siáng liāu ē tioh só͘-ū ê kan-lân hām hong-hiám
Góa thiaⁿ tioh keh-piah teh chhoán-khùi ê siaⁿ
Khang-chhùi khah thiàⁿ mā m̄-káⁿ ai
Thang hō͘ i pêng-an kā gín-á seⁿ--loh-lâi

Beh hō͘ i pêng-an kā gín-á seⁿ--loh-lâi
Só͘-ū ê lâng lóng kā sim-su chip-tiong tī i hia
Tī khong-sip tiong chhut-sì ê gín-á
      Sī kî-biāu ê gín-á
      Bī-lâi ē án-chóaⁿ? Goán lóng chin kín-tiuⁿ

Tán-thāi ê sî-khek chhiūⁿ giú ân ê soh-á
Tú-tiòh âng-eⁿ-á ê khàu siaⁿ chiah tn̄g--khì
Âng-eⁿ-á ê khàu siaⁿ
 thàng kòe goán ê sim-koaⁿ

Chhiūⁿ loàh--lâng ê sih-nà
Ta̍k-ke lóng hoaⁿ-hí kah tiô khí-lâi
Hit ê lāu-bó mā hoaⁿ-hí kah bē-kì-tit thiám
Chhun chhiú kā so khòaⁿ sī cha-po͘ ia̍h cha-bó͘...

Sui-bóng bô lâng chai hit ê lāu-bó sī siáng
M̄-koh i ká-ná lán ê chhin-lâng
Góa chhun-chhiú beh kā piⁿ-á ê lâng kiò chhéⁿ, i
í-keng lî-khui sè-kan
Chhùi-tûn hō͘ chhùi-khí kā nōa, mā bô hìⁿ-haiⁿ
pòaⁿ siaⁿ

Hō͘ âng-eⁿ-á chhut-sì
Tī pêng-an ê sî-chūn...

*1972 nî 7 goe̍h tī Hông-ki*

*9*

# SIŪⁿ TIȮH THÓ͘-TĒ KÁI-KEK HIT CHŪN Ê CHȮT-Ê TÓNG-OÂN

## (NHỚ MỘT ĐẢNG VIÊN TRONG CẢI CÁCH RUỘNG ĐẤT)

• • •

Tú hō͘ i kái-hòng ê chò-sit-lâng
Í-keng kā i thoa khì chiȯh-hoe-tháng hia
Tùi i khui-chhèng, m̄-koh siòng bē chún
In ê chhiú kan-taⁿ koàn-sì giȧh tî-thâu niâ

Kút tē it ē, bīn sûi phùn hoeh
Tī hûi-hiám ê sî-chūn, i iáu siong-sìn kek-bēng
I iōng chiȧh ni ê khùi-lȧt teh hán-hoah
Tông-chì ah...
        Ah...

*1980 nî 2 goȧh chhe 3 tī Tî-tiân*

## 10

# KIM CHÍM-PÔ (BÁ KIM)

• • •

Kim chím-pô in tau tòa tī chià-hñg āu
I tī gîm-chî$^n$ kha pō͘ pin-nñg
Thô͘-oe-á chú-pñg, khùn tek bîn-chhñg
I ê seng-oàh chin kán-tan

In tōa-hàn-kiá$^n$ tī kong-chiàm *Do Cat*[3] ē-sî kòe-sin
Tē-jī ê hāu-se$^n$ tī kái-hòng *Sai Gon*[4] ê-sî hi-seng
Ūi chó͘-kok kì-kong ê siú$^n$-chñg
  Bô tah tī piah téng
Âng-keh-toh téng mā bô 2 ê hāu-se$^n$ ê siòng-phì$^n$

Khang-chhùi ū gōa chhim kan-ta$^n$ i chai-iá$^n$
Pòa$^n$-mê tiám teng-á-hóe
Kim chím-pô tiām-tiām khòa$^n$ i ê liàt-sū pó͘-chō͘-kim
Iōng chhiú hó-leh-á kā khǹg lòe àng-á lāi

Kim chím-pô lóng bē kè-kàu sá$^n$
Khah-chá leh liàh chhîm-á, chit-má mā kâng-khoán
Chhiú-pôa$^n$ lóng sī liâu-hûn
Liàh chhîm-á ê tek-lî-á tiā$^n$ tiàu tī piah-téng

---

[3] *Do Cat* sī Oàt-lâm Tian-pian-hú ê chit-ê só͘-chai. Hit ê só͘-chāi in-ūi ū Hoat-kok ê su-lēng-koa$^n$ *Do Cat* chū-iâ$^n$, só͘-í hō chit-ê miâ. Tian-pian-hú chiàn-iàh tī 1954 nî hoat-seng, sī kín-tāi chhiok-sú Oàt-lâm tòk-lip ê 1 tiû$^n$ tiōng-iàu chiàn-iàh.
[4] *Sai Gon* sī Ô͘ Chì-bêng chhī ê kū-miâ.

Piān nā kòe-nî, úi-oân lóng ē sàng mih-á
"Tian-pian" pâi ê hun, "Chi-ná" tê-bí 1 pau
Kim chím-pô pài liáu tō kā hē leh
I thái ē ēng che!

Kim chím-pô khiau-ku khiau-ku, thâu-mơ té-té
I sì-kè khì bē chîm-á kòe-oàh
Piān ū sai-khia i tō bé pōng-bí-phang
Pun hàk-seng gín-á chiàh…

Hit kang chái-khí, teng-á-hóe iáu teh tòh
Àng-á tī sin-piⁿ…m̄-koh Kim chím-pô í-keng bô
chhoán-khùi ah
I chin un-jiû mā chin pêng-chēng
Ká-ná m̄-bat oàn-thàn kòe chit-ê sè-kan

Chû-pi lêng-hûn hām thiⁿ-tē chò-hóe
Kim chím-pô ká-ná iáu tī leh, m̄-koh tī Thian-kok à
Góa siang chhiú hàp-chiáng
Tī chit tè chhùi-chhiⁿ ê chhân-chng thó͘-tē

*1988 nî*

## 11

# LŌ͘-PIⁿ (BÊN ĐƯỜNG)

• • •

Thòaⁿ-kang thẻh niû-phiò khì chhī-tiûⁿ[5]
Góa ū 3 bān, ū siáng beh chhut-kè?
Chèng-hú ê bí, liân khiàm 4 kó͘ goẻh
Gún tau ê gín-á kin-á-jit ài koh iau pak-tó͘...

I iáu ū 1 hūn kang-giẳp-pn̄g thang chiảh
Kut-lẳt ke ó͘--kóa thang that gín-á ê chhùi-khang
Ke chhut-lâi ê kang-chu sǹg lòe niû-phiò
Góa ū 3 bān, ū lâng beh chhut-kè bô?

Kū-àu-kū-chhàu ê nâ saⁿ, âng-sek ê ìn-á
Kang-lâng ê bīn-iông chin kó͘-ì
Chhiūⁿ chiáu-á khoàiⁿ tiỏh chhiū-ki mā ē pháiⁿ-sè
Lâng kiaⁿ hō͘ i pián--khì
    Ē siám tō siám--kòe

Thòaⁿ-kang khòaⁿ hia ê jîn-kûn, sim sng-sng
Chhiūⁿ chiam oe, hiông-hiông hoah
Bián 1 bān mā bô iàu-kín
Jîn-kûn lú siám lú hn̄g

---

[5] Thòaⁿ-khòng kong-si chhì iōng niû-phiò hù kang-lâng ê sin-súi, 6 kó͘ goẻh āu tō sit-pāi hùi-tû.

Thòan-kang m̄-chai koh ē-tàng chhòng-sián
I chhiú gīm he ū tǹg âng-sek ìn-á ê niû-phiò
Chhī-tiûn ê lâng lú lâi lú chió
    chhun i ko͘-toan 1 kho͘ lâng
Ká-ná chó͘-kok bó͘ sî-kî ê tâng-siōng...

*1988 nî tī Éng-khe*

## 12
# KĀ CHIT-Ê PENG-Á Ê KHAN-CHHIÚ SÀNG-PIAT
## (TIỄN MỘT NGƯỜI VỢ LÍNH)

• • •

Sim-chōng tiāⁿ 9 kang à, bīn-sek iáu hiah âng-gê
I sī oáh iáh sī kòe-sin à?
Cheng-hū[6] ah! Im-hú ê lō˙ oan-khiau koh o˙-àm
Chhiáⁿ chhiú thèh liú-ki tńg-khì Thian-kok ah!

Cheng-hu[7] bô tńg-lâi, i bô m̄-tiòh
Khan-chhiú siōng-bóe ê hêng-iáⁿ
    tī khong-sip lāi-té chhut-hiān
Sî-kan thè i khàm hoe-chháu ê thán-á
Ang-sài tī thiⁿ-chhiⁿ pôe-phōaⁿ hā ê lō˙-piⁿ khùn kah
chin lòh-bîn

Cheng-hū ah! Sè-kan
    chin-chē oàn-thàn hām oàn-giat
Kòe-kiô ah, chhin-chiâⁿ lóng chiâu kàu à

I bô siong-sìn ang-sài í-keng hi-seng
Tō sǹg i ê chiàn-iú bô pòaⁿ ê tńg-lâi
Tī bông-bông choat-bōng tiong tán-thāi

---

[6] "Cheng-hū" sī kí ang-sài khì chò-peng, tī chhù lìn kò˙ ka-têng ê bó˙.
[7] "Cheng-hu" sī chhut-gōa chò-peng tòe kun-tūi khì chham-ka chiàn-cheng ê peng-á.

Tiā$^n$ tiā$^n$ tī pòa$^n$-mê kia$^n$--chhé$^n$
Hiông-hiông ū 1 ê sêng i ê lâng-iá$^n$
    tī tiàm-mn̂g-kháu chhut-hiān
I hoa$^n$-hí chit-ē koh sûi poàh lòh soa$^n$-kha
Sī lâng-kheh jip-lâi bé hun
    Bé liáu tō cháu, lâng-kheh sī bû-kò͘--ê

Cheng-hū ah!
    Chhiá$^n$ thèh liú-ki
        Tn̂g-khì jîn-kan...

Sim-chōng tiā$^n$ 9 kang à, bīn-sek iáu hiah âng-gê
I ká-ná tī tah-bū ê àm-iā khòa$^n$ tiòh ang-sài
Bàk-chiu kim-kim bàk-sái kâm tī bàk-kî$^n$
Hoa$^n$-hí hām thòng-khó͘ m̄-nā sī chit-ê lâng sêng-siū

Koa$^n$-chhâ chhat chò kiô-á-sek ê hông-hun
Thi$^n$-chhi$^n$ mā hòa chò làh-tiâu ê chu-lūi
Tī i ê bīn-chêng, chiàn-cheng í-keng siā-bō͘
Tī ióng-kám hām kiau-ngō͘ chi-hā...

Cháu bô saⁿ-sî, ang-sài bô chōe
Chháu-á-po͘ khah chhùi-chhiⁿ, mā bô-hoat-tō͘
am-khám thó͘-tē ê thiàⁿ

Cheng-hū ah! Liú-ki lian--khì à
    Nā tī hôe-thâu ê lō͘ lìn phàng-kiàn
Tō an-sim kòe-kiô!
    Mài hō͘ i tán ah
Kúi sîn ah! Tī o͘-àm ê àm-mî
    Mài hō͘ i koh chi̍t-pái sit khì ang-sài

*1992 nî 5 goe̍h chheh 7 tī Se-kòng*

*13*

# BÔ ÀN-SÌNG SIÁ Ê SI

## (BÀI THƠ KHÔNG ĐỊNH VIẾT)

• • •

M̄-sī gún kiáⁿ mā m̄-sī gún sun
Góa kui-sì-lâng m̄-bat khòaⁿ kòe i
Lín khòaⁿ! I iáu gín-á niâ
Án-ne kā that kā chàm í-keng ū kàu giảh à

I ū siáⁿ chōe? Ū-liōng ê a-peh a-chí ah
I kám sī chhảt-á? M̄-chiah 1 tè kauh bah ê pháng niâ
Gōa-chē chîⁿ góa thè i lảp. Án-ne ū kàu bô?
Pàng i khì lah, chàm ū kàu thiám ah...

I ê bīn chéng kah ná mī-ku
Chhùi-khí tin-tong hàiⁿ, chhùi-kak lâu-hoeh
Hoān-sè i bô pē bô bó
1 khơ lâng tiāⁿ khì kang-tē thó âng-mn̂g-thô tē-á...

Thó 1 chhùi chiảh niâ soah hông chàm kah án-ne
I iáu sè-hàn, mài hiah khok-hêng
Bô-lâng ē-tàng thoat-chōe, tng chit-ê gín-á
Kàu taⁿ iáu bô chhâi-tiāu chiảh 1 tè pháng...

*1994 nî 6 goẻh chhe 1*

## 14
# Ū CHIT-PÁI LÍ BAT LÂI CHIA
### (MỘT LẦN EM GHÉ QUA ĐÂY)

• • •

Ū chit-pái lí bat lâi chia
Lak 1 ki bak-chiah-mâg tī thô·-kha…

Ùi hit tang chūn…káu ē pūi chú-lâng
Chiáu-á é-káu, hî-á pái-kha
Khan-chhiú chú ê moâi piàn pīg-phí
Ah góa, kui jit chē leh gōng-sîn gōng-sîn…

Hit tang-chūn ê hit ki bak-chiah-mâg, chit-má
Hiông-hiông piàn-sêng khui-hoe ê iá-chháu

Súi hoe ah, góa hām lâng bô-kâng
Góa thái káⁿ pàng bó· chhī sè-î…

*2003 nî*

**15**

# LÍ KÁM Ū BEH TŃG-LÂI
# HĀ-LIÔNG-OAN...
## (EM CÓ VỀ HẠ LONG...)

• • •

Lí kám ū ì-goān hām góa tńg-lâi Hā-liông-oan
kiàn-chèng chiỏh-thâu mā ē sio ì-ài
    tng hái tiong-ng phû-chhut ang-á-bó͘ chiỏh
Chháu-bỏk lám sio-óa, tī goẻh kng hā un-chûn
Chiah kòe 1 hun-cheng tō chhōe lóng bô
Soaⁿ kā hûn lám tiâu-tiâu, hong mā bô châi-tiāu kā in
thiah-sòaⁿ...

Góa kā chhiu-thiⁿ ê ut-chut lâu hō͘ lí
    tng hân-song lỏh tī pẻh-tôaⁿ-hiỏh
Taⁿ lí tú tiỏh góa, tiỏh-sǹg góa tī hûn téng phiau-
phiat
Chhiūⁿ Hā-liông-oan, jit-thâu-kng chhiūⁿ hái-éng
    Hō͘-chúi mā ná sóaⁿ hiah súi
Lí lú lâi lú súi mā lú siàu-liân...

Góa iáu tī lí sin-piⁿ. Lí thái ē chai?
Tiỏh-sī tng lí chhùi-tûn kám-kak tâm-tâm ê sî-chūn
Khin-khin-á kám-siū tiỏh chhiú-pô ê un-loán
Bô hong teh chhoe lí ê saⁿ mā ē tín-tāng ê sî-chūn...

*2012 Chiaⁿ--goẻh 15 tī Hô-lāi K pēⁿ-īⁿ*

## *16* SIM-LĀI-ŌE (TỰ THUẬT)

• • •

Góa khiā--kòe
  tòa--kòe chin chē só·-chāi
Góa tó--lȯh-lâi ê
Khó-lêng sī Hā-liông-oan...

Chū góa 18 hòe khai-sí, i iúⁿ-chhī góa
Kōaⁿ-chúi ū kang-lâng ê kiâm-sng-bī
Sim-koaⁿ-lāi chhàng tiȯh kiâm-kiâm ê hái-hong
Khòaⁿ khí-lâi chin pêng-chēng soah bô-iáⁿ

Góa bâng-bâng khòaⁿ thiⁿ-téng ê chiáu-chiah
In m̄-chai beh poe tùi tó-ūi khì
Góa bat khàu hō· goȯh-niû thiaⁿ
Kàu-taⁿ iáu m̄-chai ūi tiȯh siáⁿ...

Góa chai-iáⁿ ài-chêng ê chu-bī mā kut-lȧt phah-piàⁿ
In-ūi góa chai jîn-seng khó·-té
Góa chóng-sī kám-kak ka-tī ū chōe
Tng lāu-bú ê bīn-chêng kā i pun

Ūi tiȯh siá chhut tùi jîn-bîn tiong-sȋt ê si-kù
Góa lâm kòe 40 nî ê hong-hō·
Kui-ê siā-hōe teh siau-tû siâ-ok
M̄-koh siâ-ok iáu chin hiau-pai tī hia

Góa khiā--kòe
  tòa--kòe chin chē só·-chāi...

*2000 nî 8 goȯh*

17

# CHIÀN-HÓE JÎN-SENG
## (ĐI NGANG THẾ GIAN)

• • •

Jit--sî ū àm-mî ê iáⁿ
    àm-mî ū jit--sî ê kng-iāⁿ
Hoe-chháu keng-kòe gōa-chē hong-hō˙
Góa chhiau-chhōe chin-kú
    Góa soan-pò˙
Góa m̄-sī goân-lâi ê góa. Góa siáⁿ-mih lóng m̄-sī...

Chit-má ê hûn, chheng nî chêng tō poe cháu à
Só͘-ū ê kè-kàu chhiúⁿ-toat lō͘-bóe lóng sī khang
He kng-iāⁿ ê goe̍h-niû
    khàm kòe só͘-ū ê thiⁿ-chhiⁿ
Che tē-kiû ê chhùi-chhiⁿ
    lóng sī chù-tok--ê niâ...

    Chù-tok chhut-sì tio̍h góa
Hām góa ê si-koa mā sī chù-tok--ê
    Chhiūⁿ chôa-lân kâng-khoán siám-sih
Kim-jī-thah bē-tín-bē-tāng, m̄-koh miâ-siaⁿ thàu sè-kài
Gâu chhò chhiū-á ê lâng lóng bián gia̍h pó͘-thâu...

Ta̍k-hāng piàn-hòa lóng chin kín
    sui-bóng sî-kan kâng-khoán ùi thàu-chá kàu
thàu-àm

Góa chi̍t-sut-á to bô piàn
    Lú sin tō lú kū
Liâu kòe chiàn-hóe jîn-seng
    kui bīn liâu-hûn
Góa kan-ta$^n$ siang-kha gia̍p chi̍t-ê kim-khò͘
    lāi-té lóng sī goe̍h-niû ê kng-iā$^n$

*2003 nî*

*18*

# BÔ LÂNG SÌN-TÁU...
## (CHẲNG AI LẮNG NGHE...)

● ● ●

Bô lâng sìn-táu, sui-bóng in lóng chai
Jîn-bîn ê siaⁿ-im sī thiⁿ-kong peh--á ê siaⁿ-sàu
Tng koân-lėk jip chhù
    chin-lí tō hông tàn tī hō͘-tēng gōa...
Chit-sì-lâng kā ka-tī kóng

Pháiⁿ-sū m̄-thang chò
Lō͘ lìn khòaⁿ tiȯh teng-á tiȯh khioh
    m̄-thang o͘-pėh áu chhiū-íⁿ
Úi-tāi ê jit-chí sī pėh-chhȧt-chhit-á bô tī leh
Mā bē liȧh tng teh pū-nn̄g ê chiáu-á-bó

*2003 nî*

*19*

# SIŌNG BÁI CHAI...
## (KHÓ THAY LÀ BIẾT...)

• • •

Siōng bái chai "tú-hó tō hó"
Siàu-liân-lâng mài tó·-kiông, lāu-tōa-lâng mài
siáu-tham
Má-chih--ê sèk-sāi tī sàn-chhiah sî
Lêng-lèk lú té, chhùi lú tñg…

Tiām-chēng ê chhiū-á, kâng-khoán ē khui-hoe
Thiⁿ tiām-chiuh-chiuh, kâng-khoán sī thiⁿ

*2004 nî*

*20*

# HÎ-Á NĀ Ū KHOÀIⁿ…
## (CÁ MÀ TRÔNG THẤY…)

• • •

Hî-á nā ū khoàiⁿ kau-á

Khah iau mā m̄ kā jī…

Thiⁿ-kong kà-sī lâng

Chò hām-chéⁿ lâi iú-koái siáu-tham ê lâng…

*2006 nî*

*21*

# TȯK-TȯK CHIT-Ê...
## (DUY NHẤT TRÊN ĐỜI ...)

• • •

Tȯk-tȯk chit-ê
Kan-taⁿ chit-ê bē kái-piàn
He sī sí-bông
Sí-bông tī hia tán
    chhùi-kak chhiò-chhiò...
Soaⁿ-téng bóe-liu ê sàn-chhiah-lâng
    iȧh-sī siú-tơ ê chóng-thóng sian-siⁿ
Lóng sio-tú ē tiȯh...

Tī sí-bông bīn-chêng, tȧk-ê lóng chin súi
Kan-taⁿ cheng-chha súi ê thêng-tō͘

*2007 nî*

*22*

# A-BÚ, LÂNG PAK-TÓˑIAU!

## ("MẸ ƠI, CON ĐÓI!")

• • •

"A-bú, lâng pak-tóˑiau!"
Kan-tan chi̍t kù ōe
Soah hōˑlâng sim-sng ba̍k-khớ âng
Kóng kóng tàu chē ū siáⁿ lō·-ēng, to m̄-sī
khóng-chhiok ê bóe-liu?...

*2007 nî*

*23*

# TNG LÍ KHIĀ LEH...
## (KHI ANH ĐỨNG...)

• • •

Tng lí khiā leh, kha-chiah-phia$^n$ ǹg jit-thâu
Lí ê iá$^n$ ē tī bīn-chêng giú tn̂g...
Tiòh sè-jī chhiū$^n$ teh kiâ kǹg-soh
In-ūi lí m̄-chai tang-sî ē poah--lòh-lâi...

*2008 nî*

*24*

# CHŪ KÓ͘ Í-LÂI...
## (TỪ XỬA TỪ XƯA ...)

• • •

*1.*

Lán lâng chū kó͘ í-lâi

Thi$^n$-kong chhòng-chō to-á

    mā koh chhòng-chō tiam

Lí sī siá$^n$-mih lâng?

    Lí ài ka-tī kóng chhut-chhùi

M̄-sī tī jîn-seng ê tē-it sî-khek

    Sī siōng-bóe chi̍t hun-cheng

*2.*

Só͘-ū ê te̍k-koân lóng chhim-hāi tio̍h jîn-bîn

Bô kong-pê$^n$ tō chhiū$^n$ tńg-se̍h ê kha-kiû

Ùi chit ki kha liàn kàu hit ki kha

Tiām-chēng kám sī n̂g-kim?

    Tiām-chēng sī chōe-ok...

*2008 nî*

## 25

# CHŪ-JIÂN
## (TỰ NHIÊN)

• • •

Bô-lūn siáⁿ sìn-gióng
Lóng ū i hàm-kó͘ ê só͘-chāi
Sún-hāi jîn-lūi ê cheng-sîn
Tō sī hia ê tiat-ha̍k-ka...

Ián-káng-chiá m̄-bat siong-sìn
Ka-tī kóng--kòe ê tō-lí
Só͘-ū ē lí-lūn lóng phīⁿ tio̍h chhàu-phú-bī
Tī i tú chhut-sì ê sî-chūn...

Sin ê chi̍t kang koh khai-sí
Hāⁿ kòe sí--khì ê lí-lūn...

*2003 nî*

**26**

# THIⁿ-CHHIⁿ
## (NHỮNG NGÔI SAO)

• • •

Àm-mî ê thiⁿ-chhiⁿ
Tiàu-kòa tī thiⁿ-téng
Bô jīm-hô ê ì-gī
I ê miâ-jī kù-chāi lán hō

Kúi chheng nî lâi hia ê thiⁿ-chhiⁿ sǹg-miā-sian
Kā thiⁿ-chhiⁿ chiⁿ jıp jîn-lūi ê miā-ūn
In tng teh pi-bî--ê oảh tī tē-kiû
Sui-bóng án-ne, lán soah siong-sìn he sī chin-lí…
Ūi tiỏh mî-á-chài, ūi tiỏh bāng-sióng teh phah-piàⁿ…

Lán chin siong-sìn hia ū--ê bô--ê
Ká-ná bô he sìn-liām
Lán tō bô châi-tiāu oảh kàu taⁿ…

*2007 nî*

27

# SU-KHÓ
## (SUY NGẪM)

• • •

Lâng-lâng lóng ū put-hēng ê kòe-khì
Sī lán m̄-chai niâ
Ōe nā kóng thàu ki, he tō sī
    Siōng-tè ê jîn-chû
Hō͘ ta̍k-ke chhōe chhut sio thià<sup>n</sup>-thàng ê lí-iû

Kā iu-chhiû hām oàn-tò͘ pàng chúi lâu!
Hō͘ pêng-an ji̍p-khì ta̍k ka-têng *long stay*
Ke chi̍t-ê pêng-iú
    bô-it-tēng ke siá<sup>n</sup>-mi̍h
M̄-koh ke chi̍t-ê te̍k-jîn ē ke chin-chē
Sì-kho͘-liàn-tńg bû-hêng ê chhèng-chí
    ē lâi chhōe lí…

Kā siû-hūn hām tùi-khòng pàng bē kì!
Hō͘ pêng-an tī ta̍k lâng ê sim-lāi chhōe tio̍h
kò͘-hiong…

*2009nî 9 goe̍h 16 tī Hiong-káng*

**28**

# KOH CHHUN GŌA-CHĒ SÎ-KAN...
## (CÒN BAO NHIÊU THỜI GIAN...)

• • •

Koh chhun gōa-chē sî-kan thang hō˙ hûn
   poe tńg-khì thiⁿ ê chīn-pōng
Thang hō˙ chit tiâu khe tī hái-pho-lōng
   chhōe tiỏh phàng-kiàn kú-nî ê pêng-iú
Koh chhun gōa-chē sî-kan thang hō˙ góa ê si-kù
   ē-sái thiàu-bú hām chhiùⁿ-koa
Tī sîn-sèng ê kōaⁿ-chúi lìn, o-ló chò-sit-lâng


Koh ū gōa-chē sî-kan thang hō˙ góa khì ài
   tī chiàn-cheng hām iau-gō tiong
      iúⁿ-chhī góa tōa-hàn ê chó˙-kok
Góa í-keng liáu-kái, tī chit-ê sè-kan
   bô siáⁿ pí chin-lí khah koân
Koh ū gōa-chē sî-kan thang hō˙ góa siàu-liām lí
   tng lí léng-tām bô-ì chē tī góa bīn-chêng
Goẻh-kng chhiūⁿ chúi-chhiâng
   chhiâng tī lí ê thâu-khak téng
     hō˙ góa lim thàng hái?...

Koh chhun gōa-chē sî-kan
    thang hō͘ góa ê sin-khu hòa chò thô͘-hún
Hō͘ góa ê lêng-hûn hām hong cháu sio jiok
Koh ū gōa-chē sî-kan thang hō͘ chit-tè chhian-nî
    kò͘-chip koh o͘-mà-mà ê chio̍h-thâu
Hiông-hiông puh chhut chhiū-í$^{n}$
    tng thia$^{n}$ tio̍h
    chit tih chhun hō͘

*2012 nî Chia$^{n}$--goe̍h 13 tī Hô-lāi K pē$^{n}$-ī$^{n}$*

*29*

# TĪ Ô͘ TIÂU KÓ͘-SIÂⁿ SIŪⁿ TIỎH *NGUYEN TRAI* Ê SI-KÙ

## (ĐỨNG TRÊN THÀNH NHÀ HỒ Ở THANH HOÁ, NHỚ CÂU THƠ "PHÚC CHU THUỶ TÍN DÂN DO THUỶ" CỦA ỨC TRAI NGUYỄN TRÃI)

• • •

Tng ông-tiâu hoán-pōe bîn-ì
Chiòh-thâu khí ê ông-siâⁿ mā ē piàn thô͘-hún
Bô hong bô hō͘, pó-chō mā ē pang-pôaⁿ
Kiaⁿ-siâⁿ lóng sī chhim-liỏk-chiá ê bīn-chhiuⁿ

Jîn-bîn sī siáng?...
     Góa hiông-hiông ka-léng-sún
Kiong-tiān thô͘-kha lóng sī gû-sái
Khîm-Ô͘-soaⁿ[8] ê koaⁿ-bâng o͘-pẻh poe
Kám sī thian-bēng? Siáng chai...

---

[8] Khîm-Ô͘-soaⁿ sī "Ô͘ Kùi-lê" pē-á-kiáⁿ hông liảh--khì ê só͘-chāi.
Ô͘ Kùi-lê sī Oảt-lâm Ô͘ tiâu ê khai-chhòng-chiá.

Chhiú-chéng-thâu-á chi̍t láng chi̍t láng phiaⁿ ji̍p
khe-chúi[9]
Bô-hoat-tō͘ té-khòng Ô͘ tiâu sit-siú[10]
"Tîm chûn chiah chai jîn-bîn ná chúi"
*Nguyen Trai* ê sin-iáⁿ tòe kông-hong jî-lâi...

*1998 nî 10 goe̍h 29 tī Éng-lo̍k*

---

[9] Ūi tio̍h khí chio̍h-thâu-siâⁿ, chin chē peh-sèⁿ ê chéng-thâu-á khì hō͘ chio̍h-thâu teh tṅg, chng tī láng-á lāi-té phiaⁿ ji̍p khe-á.
[10] Ô͘ tiâu sī 1407 nî bông.

## 30
# CHĒNG-KANG KÎⁿ
## (BÊN SÔNG GIANH)

● ● ●

Chēng-kang kā chó-kok thiah chò Tēⁿ Ńg 2 pêng[11]
Chháu-bỏk chhùi-chhiⁿ bô hoat-tō͘ siau-tháu oàn-hūn
Lâm-pak nn̄g-pah nî ê kiù-hun
Lâng-kut khioh chò chhâ chú-pn̄g

Góa khiā tī khe-á-kîⁿ, siang chhúi pàng kē-kē
Jit-thâu hām chúi-éng pêⁿ koân, lî hái-kháu chin kīn
Hiông-hiông siūⁿ tiỏh kó͘ si-kù
"Iu iu pí chhong hê sûi chō in"[12]

Khe ah, m̄-thang koh phah chúi-éng ah, thiaⁿ góa
kóng
Nn̄g pêng ê chng-thâu í-keng sio-thong
"jîn-bîn ê hoeh-chúi m̄-sī chúi"
Chhiáⁿ mài koh tōng to-peng, hō͘ peh-sèⁿ pêng-an...

*2010 nî*

---

[11] Oát-lâm kó͘-chá lâm-pak hun-liát sî-kî tāi-iok ùi 1600 nî kàu 1777 nî.
[12] Oát-lâm kó͘-chá chok-ka Tēng Tân-khun tī Cheng-hū Gîm ê chok-phín lāi-té ê Hàn-jī si-kù 悠悠彼蒼兮誰造因.

ffffff        ff     ff        ffffff       f           fff      f fff   f f  fff      f f f f f  f    f  f   f f fff ff f   f  f f f  f  ffffff f f  ff f f f    f f f  f f f f  f f  f f ff  ff  f f  f f f f f   f  f ff f  f fff f  f  f f f f f ff f f f f  f f f  f f f f  f f ff f f  f  ff f f  f f  f f f  ff f f  f f f  f f f  f f f ff f  f f f f f  f f f f f  f f f f f  f ff f f f f  ff f f f  f f f f  f f f f  f f f  f f f f f  f f f f f  f

## 31

# *DA LAT* CHHĪ (ĐÀ LẠT)

• • •

Góa tiām-tiām thiaⁿ nî-lāu bâng-bâng ê sòe-goe̍h
Ū gōa chhim, gōa thiàⁿ ê iu-chhiû ê bān-kó͘
Tī lóng sī chheⁿ-tî ê kó͘ thah piⁿ, ū cheng-siaⁿ
pôe-phōaⁿ
Hûn pòaⁿ khùn pòaⁿ cheng-sîn, kui pâi ê chhêng-á
pe̍h-chhang-chhang

Lí beh chhōe siáng, kiô-á-sek ê saⁿ hō͘ lâng sim-hoân
Góa chhùi-tûn chim tio̍h léng ki-ki ê ji̍t-thâu
Hàm-kó͘ ê ài-chêng lāi-té chiâu kò͘-sū liàu-liàu
Bô-hô͘ kâm tī hoe-lúi ê khó͘-siap tang-tiong

Ut-chut ê hō͘-chúi it-ti̍t lo̍h tī hông-kiong
Chhiūⁿ Hông-hiō chhēng ê súi-saⁿ
Chhun-hiong ô͘ [13] tah-bū koh an-chēng
Hām góa ê lêng-hûn bā-bā-bā

Lán chhiú thián-khui kàu *Langbian* soaⁿ-téng
Súi ah, lí thái m̄ chhut-siaⁿ
Góa kiâⁿ
    tī siok-bo̍k ê soaⁿ-niá
Góa ê lêng-hûn poe tī thiⁿ-téng ōe chi̍t-tiâu sûn...

*1992 nî 5 goe̍h chhe 5 e-po͘*

---

[13] *Da Lat* chhī ê hong-kéng chi-it.

# 32

## SE PAK (TÂY BẮC)

• • •

Tô-kang[14] lóng sī chiáu-chiah chhiùⁿ-koa ê hêng-iáⁿ
Chiòh-thâu hán-hoah, chhúi-chhiâng chhiâng chúi
Oan-khiau ê soaⁿ-kiā lóng sī gîn-sek ê hûn
Tāi-tiōng-hu ê lêng-hûn kā chhiū-nâ chhat chò
âng-sek

Kó͘-chá ê Muong Nua[15], jit-thâu chiò tī bīn
Chá-khí ê Se-chng[16], ū ká-lê-á-hong
Koaⁿ-bâng-hoe poe kah móa sì-kè
Saⁿ-hūn-thiⁿ tô-chùi tī Lâi Chiu[17] ê hong-kéng

Hûn chhiūⁿ mî-á-thñg ùi soaⁿ-khàm chhut-hiān
Hiông-hiông chhiūⁿ gû-ni tò lòe chhúi-chhiâng
Tiām-chēng ê chá-khí, hiòh-á í-keng ná hóe-iām
Chhiâ-chhiâ ê soaⁿ-khàm ū kúi lòh chheng chhioh
koân

---

[14] Tô-kang sī Oàt-lâm se-pak-pêng ê 1 tiâu khe, sī Âng-hô chiàⁿ-pêng siōng tōa ê chi-liû.
[15] Oàt-lâm se-pak-pêng ê tē-miâ.
[16] Oàt-lâm se-pak-pêng ê tē-miâ.
[17] Oàt-lâm se-pak-pêng ê tē-miâ.

Tāi-chū-jiân ká-ná lêng chôa teh thiàu-bú
Beh hām chhong-thian pí koân-kē, soaⁿ it-tit thiàp
koân
Àⁿ thâu khoàiⁿ poe hûn, giàh thâu ū hoe-seh
Koh chit pō͘, góa tō kàu thiⁿ-téng ah

Thiⁿ ū siáⁿ lō͘-ēng! Ài ah! Thiⁿ hiah-nih kôaⁿ
Soaⁿ ū siáⁿ lō͘-ēng! Ài ah!
　　Têng-têng thàh-thàh
Si-koa tàn tī poàn khong-tiong, kang-san mā
chhàu-hīⁿ-lâng
Góa kā ut-chut khǹg tī bû-kêng ê khong-tiong...

*1994 nî 2 goèh 27 e-po͘ tī Fansipăng*

*33*

# HÔ-KANG (HÀ GIANG)

• • •

Tōa-chūn koh tiām-chēng
Hoeh-âng ê bīn tī thiⁿ-chhiⁿ lāi phiau-liû
Lô͘-kang chǹg thàng o͘-iā chhiūⁿ sat-jîn-hoān

Koaⁿ-bâng-hoe tiām-tiām kā lêng-hûn kau hō͘ pėh
hûn...

Sim-lîm tōa chhiū ní tiȯh chhiu-sek
Se-khun soaⁿ-niá koân kòe hûn
Soaⁿ chhiūⁿ hán-hoah ê bé-chiah
Tī hûn-tiong
Cháu-chông

Tông-Bûn chháu-po͘ ê iù-chíⁿ phang-khùi tòe hong
cháu...

Góa mňg Lô͘-kang: lí ūi-siáⁿ-mih cháu-chông?
Góa mňg Se-khun soaⁿ-niá:
    Chiah koân kám bē siok-bȯk?
Hiông-hiông khoàiⁿ tiȯh koaⁿ-bâng-hoe
Góa chim-chiok khòaⁿ
Bô khùi-lȧt

Ah hah!

Thiⁿ chheⁿ, chúi chheⁿ, soaⁿ chheⁿ, góa mā chheⁿ!...

Chit-ê-lâng lâi kàu hoe siā ê kùi-chiat

Tùi chit-ê sè-kan í-keng ià-siān

Kā chiú phoah chiūⁿ peh-hûn...

*1994 nî 8 goeh tī Tēng-an*

*34*

# KO-PÊNG[18] (CAO BẰNG)

• • •

Tī bông-bông ê hûn-bū lāi-té
Soa$^n$ chhiū$^n$ teh loân-ài ê cha-bó͘-lâng
Ah Pêng-kang chhiū$^n$ chi̍t tiu$^n$ chêng-phoe
Hông thau thiah khui

Chio̍h-thâu khí chò chhiû$^n$-ûi hām loa̍h-á-chhân
Tang-thi$^n$ ê chhiū-châng ná hóe sio--kòe
Chhim Sim[19] ê iá$^n$ chhut-hiān tī Má-ho̍k-pho[20]
Iâu-oán ê mê-lō͘ thia$^n$ bé sia$^n$ siū$^n$ khí Sàng Piat
Hêng[21]

Góa kiâ$^n$-ta̍h kòe Ko-pêng ê san-súi
Chhiū$^n$ kó͘-chá ê kun-jîn
Lim chi̍t chhùi kāu chiú
Khòa$^n$ tek-phō͘-nâ thi$^n$-téng ê goe̍h-niû...

*1998 nî 12 goe̍h chhe 6 tī Ko-pêng*

---

[18] Oa̍t-lâm tang-pak-pō͘ ê tē-miâ.
[19] Chhim Sim (Thâm Tâm 1917–1950) sī Oa̍t-lâm ê si-jîn hām pian-
kek-ka.
[20] Tē-miâ, Chhim Sim kòe-óng ê só͘-chāi.
[21] Sàng Piat-hêng (Tống biệt hành) sī Chhim Sim ū-miâ ê si-chok.

*35*

# SIO-PHAH-KE CHIÒH[22]...

## (HÒN GÀ CHỌI ...)

• • •

Sio-phah-ke chiòh! Tō sī hit nn̄g chiah sio-phah-ke
Nā chûn sái ǹg tò-pêng
Sio-phah-ke sûi piàn chò lí-hî siû-chúi

Lóng kái-piàn
Tō sn̄g tēng kah ná chiòh-thâu
Ōaⁿ kak-tō͘ khòaⁿ, án-ne tō hó...

*2004 nî*

---

[22] Sio-phah-ke chiòh sī Oa̍t-lâm Hā-liông-oan ê 1 ê hong-kéng tē-tiám.

*36*

# BÔNG-KE CHHĪ (MÓNG CÁI)

• • •

Kau-chhiâng ê siâⁿ-chhiûⁿ
Ū tîn-á-hoe teh lōa-lōa-sô
Siâⁿ-chhī ká-ná pha-hng ê soaⁿ-lūn
Sì-kè sī Koaⁿ-bâng-hoe

Bú-tî cháu khì tó-ūi?
Iā pòaⁿ koa-siaⁿ
Chhiū-á kha ê o͘-iáⁿ
Sī chûn-téng n̂g-sek ê teng-á-hóe

Kang-chúi tiām-tiām-á lâu
Im kòe thiⁿ-téng ê chhiⁿ
Khiàu-chit ê chhù-bóe-téng
tó tī hông-khong-hô piⁿ-á

Góa thái chai
Hoat-seng siáⁿ tāi-chì
Kó͘-kim ê iu-chhiû
Tiâu tī góa ê lêng-hûn...

Kun-jîn khì chhò-chhâ
Sin-iáⁿ chhàng ji̍p koaⁿ-bâng-hoe
Sè-sū bâng-bâng
M̄-chai hoaⁿ-hí ia̍h ut-chut...

*1984 nî 2 goe̍h 17 àm-mî tī Hái-lêng*

## 37
# HÔ-SIAN
## (HÀ TIÊN)

• • •

Góa ùi Soa-bóe[23] lâi
Hong thêng tī Oa̍t-mn̂g, hō͘ lo̍h tī Pu̍t-thah[24]
Lâm Pak hong-kéng
Chiâ<sup>n</sup> chò chiú bī, chiâ<sup>n</sup> chò lí ê chhùi-tûn phang
Goe̍h-niû ùi Pē-á-kiá<sup>n</sup> chio̍h[25] hia chhut-lâi
Hûn poe-kòe Chio̍h-tōng, chhi<sup>n</sup> tī Tong-ô͘ téng[26]
Pe̍h-kāu-khak[27] tī Nāi-kak pià<sup>n</sup>-miā se<sup>n</sup>-thòa<sup>n</sup>
Góa chin chai chhiu-thi<sup>n</sup> kàu à
Góa chē tī chhiū-ńg
Kang-san tō chhiū<sup>n</sup> chhiú lìn ê khoe-sì<sup>n</sup>

E-àm lí lâi chham-ka bú-hōe
Thiàu hō͘ sóng, thang mî-pó͘ kòe-khì ê ji̍t-chí...

*1999 nî 11 goe̍h chhe 3 tī Nāi-kak*

---

[23] Soa-bóe (Sa Vĩ) sī Oa̍t-lâm tē-miâ. Oa̍t-lâm hái-hōa<sup>n</sup>-sòa<sup>n</sup> gōa-hêng chhiū<sup>n</sup> S hêng, siōng pak ùi Soa-bóe khai-sí, kàu siōng lâm-pêng ê Nāi-kak (Mũi Nai).
[24] Oa̍t-mn̂g sī tē-miâ, Pu̍t-thah sī Oa̍t-lâm ê Chiam-pô pu̍t-thah.
[25] Pē-á-kiá<sup>n</sup> chio̍h sī Oa̍t-lâm lâm-pō͘ Kian-kang séng hái-pi<sup>n</sup> ê gân-chio̍h hong-kéng.
[26] Chio̍h-mn̂g hām Tong-ô͘ sī Oa̍t-lâm tē-miâ.
[27] Chhiū-á miâ.